ஒற்றைச் சிறகு ஓணியா

விஷ்ணுபுரம் சரவணன்

Ottrai Siragu Oviya (in Tamil)
Vishnupuram Sarvanan
Illustration : **Pillai**
First Published: September, 2019 | Second Edition: February, 2023

Published by

BOOKS FOR CHILDREN
7, Elango Salai, Teynampet, Chennai - 600 018
Email: bharathiputhakalayam@gmail.com / www.thamizhbooks.com

ஒற்றைச் சிறகு ஒவியா

விஷ்ணுபுரம் சரவணன்

சித்திரம் : பிள்ளை | அட்டை வடிவமைப்பு : சந்தோஷ் நாராயணன்
முதல் பதிப்பு: செப்டம்பர், 2019 | இரண்டாம் பதிப்பு: பிப்ரவரி, 2023

வெளியீடு:

புக்ஸ் ஃபார் சில்ரன்

பாரதி புத்தாகலயத்தின் ஓர் அங்கம்

7, இளங்கோ சாலை, தேனாம்பேட்டை, சென்னை - 600 018

தொலைபேசி : 044-24332424, 24330024 விற்பனை: 24332924

விற்பனை உரிமை

7, இளங்கோ சாலை, தேனாம்பேட்டை, சென்னை 600 018.

விற்பனை நிலையங்கள்

அருப்புக்கோட்டை: கதவுஎண் 49 A/4 மெயின் ரோடு, தெற்கு தெரு - 9994173551

ஈரோடு: 39: 39 ஸ்டேட் பாங்க் சாலை - 9245448353 | கரூர்: நாரத கானசபா அருகில் (TNGEA OFFICE)- 9442706676

காரைக்குடி : 12, 2 வது தெரு, கம்பன் மணிமண்டபம் பின்புறம் - 9443406150

கும்பகோணம்: 352, ரயில் நிலையம் எதிரில் - 9443995061 | குன்னூர்: N.K.N வணிக வளாகம் பெட்போர்ட்

கோவை: 77, மசக்காளிபாளையம் ரோடு, பீளமேடு - 8903707294

சிதம்பரம்: 22A / 18B தேரடி கடைத் தெரு, கிழவீதி அருகில் - 9994399347

செங்கல்பட்டு: 1 D ஜி.எஸ்.டி சாலை - 044 27426964 | சேலம்: 15, வித்யாலயா சாலை சாலை

சேலம்: பாலம் 35, அத்வைத ஆஸ்ரமம் சாலை 0427 2335952

தஞ்சாவூர்: காந்திஜி வணிக வளாகம் காந்திஜி சாலை - 9655542400

திண்டுக்கல்: பேருந்து நிலையம் - 9942331105, 9976053719

திருச்சி: வெண்மணி இல்லம், கரூர் புறவழிச்சாலை - 9994289492

திருநெல்வேலி: 25A, ராஜேந்திரநகர் - 9442149981 | திருப்பூர்: 447, அவினாசி சாலை - 9486105018

திருவண்ணாமலை: முத்தம்மாள் நகர் | திருவல்லிக்கேணி: 48, தேரடி தெரு - 9444428358

திருவாரூர்: 35, நேதாஜி சாலை - 9442540543 | நாகர்கோவில்: 699 கே.பி.ரோடு R.V.புரம் - 9443450111

நெய்வேலி: பேருந்து நிலையம் அருகில், - 9443659147 | பழனி: பேருந்து நிலையம் அருகில் - 7010760693

பாண்டிச்சேரி : கிழக்கு கடற்கரைச்சாலை, இலாசுப்பேட்டை, 9486102777

பெரம்பூர்: 52, கூக்ஸ் ரோடு - 9444373716 | மதுரை: 37A, பெரியார் பேருந்து நிலையம் - 045 22324674

மதுரை: சர்வோதயா மெயின்ரோடு || வேலூர்: பேஸ் III, சத்துவாச்சாரி - 9442553893

வடபழனி: பேருந்து நிலையம் எதிரில் அடையார் ஆனந்தபவன் மாடியில் - 9444476967

விருதுநகர்: 131, கச்சேரி சாலை - 0456 2245300

நினைத்த நூல்கள்... நினைத்த நேரத்தில்...    8778073949

ரூ.120/-

அச்சு : பிரிண்டெக், சென்னை 600 005.

இயற்கையை நேசிக்கும் மண்புழுவுக்கும்
நண்பன் கண்ணகனுக்கும்
அன்புடன் இந்நூல்!

நன்றி!

யூமா வாசுகி, நீதிமணி, வெய்யில், ஆயிஷா இரா.நடராசன், விழியன், இனியன், க.நாகப்பன், பாரதி புத்தாலய நாகராஜன், ஏ.ஆர். சரவணன், சந்தோஷ் நாராயணன், சோலை மாரியப்பன், ஓவியர் பிள்ளை, பா. பிரித்தீ, சுதந்திரா, ஷர்மிளா, ஜெயகுமார், வெ.நீலகண்டன், இரா.செந்தில்குமார், மகாலட்சுமி, ஜவ்வாதுமலை சதீஷ், தமுஎகச, பூவுலகின் நண்பர்கள் மற்றும் மனைவி அம்முவுக்கும், மகள் தமிழினிக்கும்.

பறப்பதற்கு முன்...

உங்களுக்கு திடீரென்று சிறகுகள் முளைத்துவிட்டால் எப்படி இருக்கும்?

பறவையைப் போல ஜாலியாகப் பறக்கலாம். பள்ளிக்கு சைக்கிளிலோ, பேருந்திலோ செல்லாமல் பறந்தே போகலாம். மேகத்துக்கு அருகே பறந்து சென்று அது எப்படி இருக்கும் என்று பார்க்கலாம். விளையாடும்போது பந்து, யார் வீட்டுக் கூரை மீது விழுந்துவிட்டால் பறந்துசென்று எடுத்துவரலாம். நம்ம ஊர் ஸ்பைடர் மேன் போல ஒரு கட்டடத்திலிருந்து இன்னொரு கட்டடத்திற்கு தாவிச்சென்று உங்கள் நண்பர்களை ஆச்சர்யப்படுத்தலாம். இப்படி, ஏராளம் செய்யலாம்.

அப்படித்தான் ஓவியாவுக்கு திடீரென்று ஒருநாள் சிறகு கிடைத்துவிட்டது. அதன்மூலம் அவளால் பறக்கவும் முடிந்தது. அதை அவளின் நண்பர்களால்கூட நம்பமுடியவில்லை. அவர்கள் எல்லாம் சேர்ந்து அந்தப் பள்ளியில் தொலைந்த ஒன்றைத் தேடிக் கண்டுபிடிக்கிறார்கள். அது என்ன... எப்படிக் கண்டுபிடிக்கிறார்கள் எனும் சுவாரஸ்யமான பயணம்தான் இந்தக் கதை!

பயணம் என்பது வெளியூருக்குப் போவது மட்டுமல்ல, நமது ஊரில் இதற்கு முன் என்ன இருந்தது... இப்போது அது ஏன் இல்லை... அதற்கு என்ன காரணம் என்று தேடிச் செல்வதும் பயணம்தான். நீங்களும் உங்கள் ஊரில் புதிதாக என்னவெல்லாம் வந்தது என்பதைத் தெரிந்துகொள்வதைப் போல, என்னவெல்லாம்

காணாமல் போனது என்றும் தெரிந்துகொள்ளுங்கள். உதாரணமாக, பத்து வருடங்களுக்கு முன் குடிநீர் குழாய்கள் எவ்வளவு ஆழத்துக்கு இறக்கப்பட்டன. இப்போது எவ்வளவு ஆழத்துக்கு இறக்கப்படுகின்றன. இரண்டும் உள்ள வித்தியாசம் எவ்வளவு... ஏன் என்பதைத் தெரிந்துகொள்ளுங்கள். சரியான காரணம் என்றால், அதை உங்கள் டைரியில் எழுதி வையுங்கள். தவறான காரணத்தால் ஏதேனும் ஒன்று காணாமல் போனது என்றாலும் உங்கள் டைரியில் எழுதி வையுங்கள். பின்னாளில் உங்களுக்கு உதவும்.

சரி, சரி... ஒற்றைச் சிறகு ஓவியா எதைக் கண்டுபிடிக்கிறாள்... எப்படிக் கண்டுபிடிக்கிறாள் என்பதைப் படிக்கத் தயாரா?

அன்புடன்,
விஷ்ணுபுரம் சரவணன்
பேச: 7502340787
vishnupuramsaravanan@gmail.com

"டங்டங்டங்டங்டங்டங்டங்டங்...''

நந்திமங்கலம் கிராமத்து அரசுப்பள்ளியின் கடைசி மணியை, பியூன் கதிரேசன் தாத்தா வேகவேகமாக அடித்துக்கொண்டிருக்கிறார். 'ஹோய்ய்ய்ய்ய்ய்ய்ய்ய்ய்ய்ய்...' என்று சத்தம் போட்டப்படியே பள்ளிக்கூடத்தின் வாசலை நோக்கி ஓடுகின்றனர் மாணவர்கள். கதிரேசன் தாத்தா ஒவ்வொரு வகுப்புக்கும் சென்று யாராவது இருக்கிறார்களா... எதையாவது அங்கேயே வைத்துவிட்டுப் போயிருக்கிறார்களா என்று பார்த்துக்கொண்டே வந்தார். 7 ஆம் வகுப்பு 'ஆ' பிரிவில் மட்டும் சத்தம் கேட்டதும், கதிரேசன் தாத்தா அந்த வகுப்பறையை நோக்கி வேகமாக நடந்துசென்றார். கதிரேசன் தாத்தா ரொம்ப நல்லவர். பள்ளிக்கூடத்தில் யாருக்காவது உடம்பு சரியில்லாமல் போய்விட்டால், கூடவே இருந்து பார்த்துக்கொள்வார். உடம்புக்கு ரொம்பவும் முடியவில்லை என்றால் வீட்டில் கொண்டுபோய் விட்டு வருவார். எப்போதும் காக்கி நிறத்தில்தான் பேன்ட், சட்டைதான் போட்டிருப்பார். உயரமாக இருப்பார். முகத்தில் சிரிப்பில்லாமல் அவரை யாரும் பார்த்திருக்க முடியாது. பள்ளியிலுள்ள எல்லோருக்கும் கதிரேசன் தாத்தாவைப் பிடிக்கும். மாணவர்களுக்கு அவரை ரொம்ப ரொம்பப் பிடிக்க என்ன காரணம் தெரியுமா...? அது சஸ்பென்ஸ்!

7 ஆம் வகுப்பு 'ஆ' பிரிவு வகுப்பறைக்குள் நுழைந்து பார்க்கிறார் தாத்தா. அங்கு யாருமே இல்லை. பறவையின் இறகு ஒன்று மட்டும் பறந்துவந்து தாத்தாவின் தோள்மீது படிந்தது. அந்த இறகை எடுத்து முகர்ந்து பார்த்தார் தாத்தா. பசை வாசம் அடித்தது. இது மாணவர்களுடைய குறும்பு வேலைதான் என்பதை, தாத்தா கண்டுபிடித்துவிட்டார்.

"ஏய்... பசங்களா... எங்கிட்டேயே மேஜிக்கா...? இப்ப எல்லாரையும் நான் நிஜமாகவே காணாமல் போக வைக்கவா?" என்றதும், வகுப்பறையின் மூலையிலிருந்த பெரிய அட்டைப் பெட்டிக்குள் ஒளிந்திருந்த ஐந்து மாணவர்களும் வெளியே வந்தனர். முதலில் முகிலன், அடுத்து பவித்ரா, பிரின்ஸி, சாதிக், கடைசியாக ஓவியா. இவங்க ஐந்துபேரையும் தனித்தனியாகப் பார்க்க முடியாது. பள்ளிக்கு வருவது முதல் கடைசி மணி அடிக்கும் வரை ஒன்றாகவே இருப்பார்கள்.

"அப்படி வாங்க, வழிக்கு... எல்லாரும் வீட்டுக்கு போயிட்டாங்க... நீங்க மட்டும் என்ன செய்யறீங்க?" என்றார் தாத்தா.

"நம்ம ஸ்கூல் ஆண்டு விழாவுக்கு இன்னும் பதினெஞ்சு நாள்தானே இருக்கு தாத்தா... அதான், பிராக்டீஸ் பண்ணிட்டு இருக்கோம்" என்றாள் பிரின்ஸி. அவள் தேவதை வேடம் போடப்போகிறாள். அதற்காக, இருதோள்களிலும் வெள்ளை நிறத்தில் வண்ணம் தீட்டிய சிறகுகளைக் கட்டிக்கொண்டு தலையில் நீல நிறத்தில் ரிப்பன் கட்டியிருந்தாள்.

"லேட்டானால், வீட்டில் தேட மாட்டாங்களா?" என்றார் தாத்தா.

"அம்மா கிட்ட சொல்லிட்டுதான் வந்திருக்கோம் தாத்தா" என்றான் முகிலன். அவன், யானை பிடிப்பவர்களிடமிருந்து யானையைக் காப்பாற்றும் காட்டு மனிதன் வேடம் போட்டிருந்தான்.

"எவ்வளவு நேரம் பிராக்டீஸ் பண்ணப்போறீங்க?" என்று சாதிக்கைப் பார்த்துக் கேட்டார் தாத்தா.

"இன்னும் ஒரு மணி நேரம்தான் தாத்தா" என்றான் சாதிக். கறுப்பு கலரில் பேண்ட், வெள்ளைச் சட்டை, கறுப்பு கலரில் கோட், தலையில் உயரமான ஒரு தொப்பி என அவன் மேஜிக் மேன் வேடம் போட்டிருந்தான். கையில் மந்திரக்கோல்

ஒன்றையும் வைத்திருந்தான். அவனுக்கு மேஜிக் என்றால் ரொம்பப் பிடிக்கும். அவனை, தாத்தா அருகில் வரச் சொல்லி, தலையில் போட்டிருந்த தொப்பியைக் கழற்றினார். அதனுள் ஒரு முட்டையை வைத்திருந்தான்.

"என்னடா இது! முட்டையை, தலையில் வெச்சிருக்க?" என்ற தாத்தாவிடம், "முட்டை மேஜிக் பண்றதுக்காக தாத்தா" என்று சிரித்துக்கொண்டே சொன்னாள் பவித்ரா. அவள் மகாராணி வேடம் போட்டிருந்தாள். தலையில் கிரீடம் வைத்திருந்தாள். பார்த்தவுடனே அந்தக் கிரீடம் எல்லோருக்கும் பிடித்துப்போய்விடும், அவ்வளவு அழகாக இருந்தது அது.

"சரி, நீ எந்த வேஷமும் போடலையா?" என்று தாத்தா கேட்டதும், ஓவியா, 'இல்லை' என்று சொல்வதைப்போல தலையாட்டினாள்.

"அவ, எங்களோட க்ளோஸ் ஃப்ரெண்டு. அதனால, எப்பவும் எங்ககூடவே இருப்பா" என்றார்கள் மற்றவர்கள் எல்லோரும் கோரஸாக. பவித்ராவும் பிரின்ஸியும் ஓவியாவின் இருபுறமும் நின்றுகொண்டனர்.

"ஆமா, தாத்தா நீங்க உள்ளே வந்தப்ப, எங்க 'எல்லாரையும் நிஜமாகவே மறைய வெச்சிடுவேன்'னு சொன்னீங்களே! உண்மையாகவே உங்களால எங்களை மறைய வைக்க முடியுமா?" என்றாள் ஓவியா.

"நான் சொல்றேன். தாத்தா வீட்டுப் பக்கத்தில்தான் எங்க வீடு, அதனால அது எனக்குத் தெரியும். தாத்தா ஒரு..." என்று சொல்லி நிறுத்தினான் முகிலன்.

எல்லோரும் ஆவலோடு முகிலன் என்ன சொல்லப் போகிறான் எனப் பார்த்தார்கள். தாத்தாவோ முகிலனைப் பார்த்து, சொல்லக்கூடாது என்று சைகை காட்டினார். ஆனால், முகிலன் சத்தமாகச் சொன்னான்.

"தாத்தா... ஒரு மேஜிக் மேன்."

"தாத்தா... ஒரு மேஜிக் மேன்."

முகிலன் தவிர மற்ற நான்கு பேரின் கண்களும் ஆச்சர்யத்தால் விரிந்தன. தாத்தா சிரித்துக்கொண்டே வகுப்பறையை விட்டு வெளியே செல்ல நடந்தார். ஐந்துபேரும் அவரைச் செல்ல விடாமல், குறுக்கே நின்றுகொண்டார்கள்.

"தாத்தா, எங்களுக்காக ஒரு மேஜிக் செஞ்சு காட்டுங்களேன்" என்று ஓவியா ஆசையாகக் கேட்டாள்.

"முன்னாடி மேஜிக் செஞ்சேன். இப்பெல்லாம் செய்யறதில்லை" என்றார் தாத்தா.

"ப்ளீஸ் தாத்தா... ஒரே ஒரு மேஜிக் மட்டும் செய்ங்க தாத்தா" என்று கேட்டு, ஓடிவந்து தாத்தாவின் கைகளைப் பிடித்துக்கொண்டனர்.

'என்ன மேஜிக் செய்யலாம்' என்று யோசித்தார் தாத்தா. அப்போது, 'க்ரீச்... க்ரீச்...' என்ற சத்தம் வந்தது. சத்தம் வந்த பக்கம் பார்த்தால் இரண்டு அணில்கள் இவர்களையே பார்த்துக்கொண்டிருந்தன. முகிலன் தன்னிடம் இருந்த கொய்யாப்பழத்தை அணில்களுக்கு அருகில் கொண்டுபோய் வைத்தான். அணில்கள், முகிலன் அருகில் சென்றபோதும் பயப்படாமல், அவன் வைத்த கொய்யாப் பழத்தை

உருட்டிக்கொண்டுபோய், ஓர் ஓரத்தில் வைத்துக் கொறிக்க ஆரம்பித்துவிட்டன. தாத்தாவின் மேஜிக்கைப் பார்க்கும் ஆசையில் வேகமாகத் திரும்ப வந்த முகிலன் கால் இடறி கீழே விழுந்துவிட்டான். அவன் பையிலிருந்து காசுகள் விழுந்தன. எல்லோரும் ஓடிப்போய் அவனைத் தூக்கிவிட்டு, சிதறிய காசுகளைப் பொறுக்கிக் கொடுத்தனர்.

கீழே விழுந்த காசுகளில் ஒன்றை எடுத்த தாத்தா, "இந்தக் காசை வைத்தே மேஜிக் செய்யலாமா?" என்று கேட்டார். எல்லோரும் ஆவலோடு தலையாட்டினார்கள். தாத்தா, உள்ளங்கையில் காசை வைத்து, இறுக்க மூடி, "ஜூ... ஜூ... ஜூஸம்... ஹூ... ஹூ... ஹூஸம்" என்று மந்திரம்போல சொன்னார்.

"தாத்தா கையைத் திறந்தால் காசு இருக்காது பாரேன்" என்றாள் பவித்ரா.

"அப்படியா... அப்படின்னா என் காசு" என்று பயத்தோடு கேட்டான் முகிலன்.

தாத்தா கையைத் திறந்தார். எல்லோரும் காசு இருக்காது என்று நினைத்துக்கொண்டிருந்தார்கள். ஆனால், காசு இருந்தது. தாத்தா சத்தமாகச் சிரித்தார். எல்லோரும் ஏமாற்றமாகத் தாத்தாவைப் பார்த்தார்கள்.

"இருங்க பிள்ளைகளா... இனிமேதான் மேஜிக்" என்று சொல்லிவிட்டு, இடதுகையை மடக்கி, கழுத்தைப் பிடித்துக்கொண்டார். வலது கையில் வைத்திருந்த காசை, இடது கை முட்டியிலிருந்து தேய்த்துக்கொண்டே, மேலே கொண்டுசென்றார். கொஞ்ச தூரம் சென்றதும், கையை எடுத்தார். கையிலிருந்த காசு கீழே விழுந்தது. இதேபோல இன்னொரு முறை செய்தபோது, கையில் காசு இல்லை. மாயமாய் மறைந்துபோயிருந்தது. 'சூப்பர்' என்றான் சாதிக். மற்றவர்கள், அவர்களுக்குத் தெரியாமல் காசு கீழே விழுந்துவிட்டதா என்று பார்த்தார்கள். எங்கும் இல்லை.

"காசு எங்கே தாத்தா போச்சு?" என்றாள் பிரின்ஸி.

"மேஜிக்கில் காசை மறைய வெச்சிட்டேன்" என்றார் தாத்தா.

"முகிலா... உன் காசு அவ்வளவுதான்... கிடைக்காது" என்று சிரித்தாள் பவித்ரா. முகிலன் குழப்பத்துடன் தாத்தாவைப் பார்த்தான்.

"அந்தக் காசு போனால் என்ன முகிலா... என் காசைத் தாரேன்" என்று தாத்தா தன் சட்டைப் பையிலிருந்து ஒரு ரூபாய் காசை எடுத்துத் தந்தார். ஓவியா முதல்முறையாக மேஜிக்கைப் பார்க்கிறாள். அதனால், அவளால் நம்பவும் முடியவில்லை. நம்பாமல் இருக்கவும் முடியவில்லை.

"சரி... சரி... சீக்கிரம் வீட்டுக்கு போங்க" என்றார் தாத்தா.

"இன்னும் கொஞ்ச நேரம் பிராக்டிஸ் பண்ணிட்டுப் போறோம் தாத்தா" என்றான் சாதிக்.

"சரி, அரைமணி நேரத்தில் முடிச்சிடணும். நானும் கூடவே இருக்கேன்" என்றார் தாத்தா.

அவர்கள் தங்கள் வேஷங்களை சரியாகப் போட்டுக்கொண்டு நடித்துப் பயிற்சி எடுத்தார்கள். சாதிக், முட்டையை மறைய வைக்கும் பயிற்சி எடுத்தான். முகிலன் யானைகளை நேசிக்க வேண்டும்; காட்டில் சுதந்திரமாக இருக்கும் யானைகளைப் பிடிக்கக் கூடாது என்று பேசினான். பவித்ரா கர்வம் கொண்ட மகாராணி போல நடந்துகாட்டினாள். பிரின்ஸி, கருணை கொண்ட தேவதையாக மாறி எல்லோருக்கும் உதவி செய்வதுபோல பயிற்சி எடுத்தாள். இவர்கள் எல்லோருக்கும் உதவி செய்துகொண்டிருந்தாள் ஓவியா. சரியாக அரை மணிநேரம் முடிந்ததும், தாத்தா எல்லோரையும் கிளம்பச் சொன்னார்.

"நீ ஏன் எந்த வேஷமும் போடல?" என்று ஓவியாவிடம் கேட்டார் தாத்தா. அதற்கு ஏதும் சொல்லாமல் தலைகுனிந்தபடி நின்றாள் ஓவியா.

"வேஷம் போட, பொருள் எல்லாம் வாங்கணும் இல்லையா தாத்தா... ஓவியா வீட்டுல வாங்கிக்கொடுக்க முடியலையாம்" என்றாள் பவித்ரா. தாத்தா ஓவியாவின் தலையைத் தடவிக் கொடுத்தார். அவ்வளவு நேரம் சந்தோஷமாக இருந்த இடம் அமைதியாகிவிட்டது.

"எனக்கு ஒரு ஐடியா..." என்றான் சாதிக்.

"என்ன ஐடியா?" என்று கேட்டாள் பிரின்ஸி.

"நாம போட்டிருக்கிற வேஷத்திலிருந்து ஆளுக்கு ஒரு பொருளை ஓவியாவுக்கு வெச்சி அழகுபடுத்தினால் என்ன?" என்றான் சாதிக்.

"நீ சொல்றப்படியே வைக்கலாம். ஆனா, ஆண்டு விழாவில் நடிக்கிறதுக்கு பேர் கொடுக்கிற தேதி முடிஞ்சிடுச்சே" என்றாள் பவித்ரா.

"ஆண்டு விழாவுக்கு இல்லாட்டி என்ன... சாதிக் சொல்ற மாதிரி ஓவியாவுக்கு இப்போ வேஷம் போட்டு விடலாமே?" என்றான் முகிலன்.

எல்லோரும் சரி என்றதும் அந்த வகுப்பறையில் இருந்த சின்ன ஸ்டூலில், ஓவியாவை ஏறி நிற்கச் சொன்னார்கள். அவள் நின்றதும், பிரின்ஸி தன் பையிலிருந்து தேவதை கவுன் ஒன்றை எடுத்தாள். அதை, ஓவியா உடுத்தியிருந்த ஆடைக்கு மேலே அணிவித்தாள். தன் இரண்டு சிறகுகளிலிருந்து ஒன்றை எடுத்து ஓவியாவின் இடது புறமாக ஒட்டினாள். அந்த கவுன் ஓவியாவுக்கு ரொம்பவும் பொருத்தமாக இருந்தது. சிறகை ஒட்டியதும் இன்னும் அழகாகிவிட்டாள் ஓவியா.

தான் அணிந்திருந்த அழகான கிரீடத்தை ஓவியாவின் தலையில் சூட்டி, கால்களுக்குச் செறுப்புகளையும் மாட்டி விட்டாள் பவித்ரா. இப்போது ஓவியா கருணையும் கம்பீரமும் இணைந்த தேவதையைப்போல தெரிந்தாள்.

சாதிக், தன்னிடமிருந்த மேஜிக் கம்பைக் கொடுத்தான். முகிலன், தன் கழுத்தில் இருந்த இலை மாலையை ஓவியாவின் கழுத்தில் அணிவித்து, கையில் போட்டிருந்த இலை மோதிரத்தையும் ஓவியாவின் இடதுகை மோதிர விரலில் மாட்டிவிட்டான்.

தேவதை கவுன், ஒற்றைச் சிறகு, கையில் மந்திரக் கோல், கழுத்தில் இலை மாலை, காலில் அழகான செருப்பு, தலையில் மகாராணி கிரீடம், இலை மோதிரம் என... வித்தியாசமான தோற்றத்தில் நின்றாள் ஓவியா. யாருமே இப்படி ஒரு வேஷம்

போட்டுப் பார்த்திருக்க மாட்டார்கள். தாத்தாவுக்கும் ஒவியாவை இப்படிப் பார்க்க பிடித்துவிட்டது. அதனால், ஒவியாவைத் தூக்கி, அங்கிருந்து மேஜையில் நிற்க வைத்தார். அருகில் உள்ள பகுதியில் மழை பெய்தால் குளிர்ந்த காற்று வீசுமே... அதுபோன்ற காற்று பலமாக வீசியது. எல்லோரின் உடலையும் குளிர் நடுங்கச் செய்தது. ஒவியா பேரழகோடு வித்தியாசமான வேஷத்தில் மேஜையில் நின்றாள். வீசிய காற்று பட்டு, அவள் சிறகு லேசாக அசைந்தது.

"அய்யோ, தாத்தா... உயரம் என்றால் ஒவியாவுக்கு பயம்" என்று முகிலன் சொன்னான். ஆனால், ஒவியாவின் முகத்தைப் பார்த்தால் பயப்படுபவளைப் போல தெரியவில்லை. கம்பீரமாகச் சிரித்தபடி நின்றாள். தாத்தா, தன் பேன்ட் பாக்கெட்டிலிருந்து மொபைல் போனை எடுத்து, அதில் ஒவியாவை போட்டோ எடுத்தார். ஒவியாவும் சிரித்தபடி போஸ் கொடுத்தாள். பிறகு எல்லோரும் சேர்ந்து ஒவியாவுடன் செல்ஃபி எடுத்துக்கொண்டார்கள்.

மேஜை மீது, ஒவியா நின்றுகொண்டிருந்தாள். மற்றவர்கள் தாத்தாவின் போனில் எடுத்த போட்டோக்கள் எப்படி இருக்கின்றன என்று பார்த்துக்கொண்டிருந்தார்கள். அப்போது காற்று இன்னும் பலமாக வீசியது. கொய்யாப்பழத்தைக் கொறித்துக்கொண்டிருந்த அணில்கள் ஒவியாவை ஆச்சர்யமாகப் பார்த்தன.

பட பட என்று ஏதோ அடிப்பதுபோல இருக்கிறதே என்று எல்லோரும் திரும்பிப் பார்த்தார்கள்.

அங்கே...

ஒவியா, ஒற்றைச் சிறகை அசைத்துக்கொண்டு பறந்துகொண்டிருந்தாள்.

ஓவியா, ஒற்றைச் சிறகை அசைத்துப் பறந்துகொண்டிருக்கிறாள்.

ஒரு பக்கம் மட்டும் துடுப்புப் போட்டுக்கொண்டு படகு ஓட்டுவதைப்போல, அந்த ஒற்றைச் சிறகை அசைத்துப் பறந்தாள் ஓவியா. அதுவரை வகுப்பறைக்குள் பறந்துகொண்டிருந்தவள், திடீரென்று வெளியே சென்றாள். எல்லோரும் ஆச்சர்யமாக, வெளியே வந்து பார்த்தார்கள். அங்கே, கொடி மரத்தை ஒரு சுற்று சுற்றிவிட்டு, அறிவியல் ஆய்வகத்தின் மேல் ஒரு சில நிமிடங்கள் பறந்துவிட்டு மீண்டும் வகுப்பறைக்குள் சென்று மேஜை மீது நின்றாள். எல்லோரும் வகுப்புக்குள் ஓடினார்கள். தாத்தாவுக்கும் ஆச்சர்யம்தான். ஓவியா தன் ஒற்றைச் சிறகை அசைத்துக்கொண்டு நின்றுகொண்டிருந்தாள். பார்ப்பதற்கே ரொம்ப அழகாக இருந்தது. அவள் அருகே ஓடி வந்தனர் எல்லோரும்.

"எப்படி உன்னால பறக்க முடியுது ஓவியா?" என்றாள் பிரின்ஸி. சாதிக் அவளின் சிறகைத் தொட்டுப் பார்த்தான். அது உயிரோடு இருக்கும் பறவையின் சிறகைப்போல இருந்தது.

"எனக்கும் தெரியல பிரின்சி. நீ சிறகை ஒட்டினதும், உடம்புக்குள்ள ஏதோ செய்றதப்போல இருந்துச்சு. பறக்கணும்னு தோணுச்சு. சிறகு தானா அசைஞ்சுது. சரி, இன்னும் கொஞ்சம் அசைத்துப் பார்க்கலாம்னு அசைச்சேன். இன்னொரு சிறகுக்குப் பதில் என் கையை அசைச்சேன் பறக்க ஆரம்பிச்சிட்டேன்" என்றாள் ஓவியா. கனவில் இருப்பதுபோல இருந்தது எல்லோருக்கும். ஓவியா, தன் சிறகைப் பிய்த்தாள். கிரீடத்தைக் கழற்றினாள். மந்திரக்கோலைக் கீழே வைத்தாள். இலை மாலை, மோதிரத்தைக் கழற்றினாள். செருப்புகளைக் கழற்றினாள்.

"எனக்கு இன்னொரு ஐடியா" என்றான் சாதிக். என்ன சொல்லப்போகிறான் என்பதுபோல எல்லோரும் பார்த்தனர்.

"ஓவியாவுக்கு நாம மாட்டின பொருள்களை எல்லாம் அவகிட்டயே கொடுத்துடுவோம். நாம வேணும்னா வேற வாங்கிக்கலாம்" என்றான் சாதிக்.

"ஏன்?" என்றாள் பவித்ரா.

"இந்தப் பொருள்களை நாம போட்டிருந்தபோது, நமக்கு எந்த மாற்றமும் தரல... ஆனா, ஓவியாவுக்கு ஸ்பெஷல் சக்தியைக் கொடுத்திருக்கு. அதனால, அவகிட்டயே கொடுத்திட்டா, தினமும் ஸ்கூல் முடிஞ்சதும் அவளுக்குப் போட்டுவிடலாம். ஒருவேளை நாம மறுபடியும் அந்தப் பொருள்களைப் போட்டா, அந்த ஸ்பெஷல் சக்தி போயிடலாம் இல்லையா?" என்றான் சாதிக்.

"சாதிக், நீ நிறைய மாயஜால படம் பார்த்து ரொம்ப யோசிக்கிற" என்றாள் பவித்ரா.

"இல்ல பவி, ஓவியா பறப்பான்னு நீ கொஞ்ச நேரத்துக்கு முன்னாடி வரை நினைச்சுப் பாத்தியா? இல்லதானே? அப்படின்னா, இந்தப் பொருள்கள்ல ஏதோ மந்திர சக்தி இருக்கு. அதனால ஓவியாவுக்கே கொடுத்திடலாமே..." என்றான் சாதிக் விட்டுக்கொடுக்காமல்.

எல்லோரும் ஒத்துக்கொண்டதும், பிரின்சி தன்னிடமிருந்த ஒரு பெட்டியில், ஓவியாவுக்கு அணிவித்த பொருள்களை எல்லாம் வைத்து, ஓவியாவிடம் கொடுத்தாள். அவள் வாங்கிக்கொண்டு, நன்றி சொன்னாள்.

"இன்னிக்கு நடந்ததை என்னால மறக்கவே முடியாது" என்ற தாத்தா, தொடர்ந்து பேசினார்.

"நான் எத்தனையோ மேஜிக் ஷோ பண்ணியிருக்கேன். இப்ப, மேஜிக் ஷோ பண்றதுக்கு யாரும் கூப்பிடறதில்ல. அதனால்தான் இந்த ஸ்கூலில் வாட்ச் மேனா வேலைக்கு சேர்ந்தேன். ஆனா, ஓவியா பறந்ததைப் பார்த்தப்ப, இதை விட மேஜிக் யாராலும் செய்ய முடியாதுன்னு தோணுது" என்றார்.

"நம்ம ஓவியாவுக்கு ஸ்பெஷல் பெயர் ஒண்ணு வைக்கப்போறேன்" என்றாள் பவித்ரா.

"என்ன?" என்றார்கள் எல்லோரும். மேஜையின் மேல் ஏறி நின்றுகொண்டு சத்தமாகச் சொன்னாள் பவித்ரா.

"ஒற்றைச் சிறகு ஓவியா!"

எல்லோருக்கும் அந்தப் பெயர் பிடித்துவிட்டதால் எல்லோரும் ஒரே நேரத்தில் கத்திச் சொன்னார்கள்.

"ஒற்றைச் சிறகு ஓவியா...!"

ஓவியாவுக்குத் தூக்கத்திலிருந்து எழுந்ததைப்போல இருந்தது. எல்லோரும் பைகளை எடுத்துக்கொண்டு வீட்டுக்குப் புறப்பட்டார்கள்.

அடுத்த நாள், பள்ளியின் பிரேயருக்கான மணியை அடித்தார் கதிரேசன் தாத்தா.

ஓவியா படிக்கும் நந்திமங்கலம் அரசுப் பள்ளி பார்ப்பதற்கு ரொம்ப அழகானது. வாசல் கேட் வழியே உள்ளே நுழைந்தால், இடதுபுறம் கலையரங்க மேடையும், வலது புறத்தில் பிரேயர் நடக்கும் இடமும் இருக்கும். கலையரங்க மேடையில்தான் 'மணி' இருக்கிறது. மற்ற பள்ளிகளில் இருக்கும் மணி மாதிரி இல்லை இது. கோயில்களில் மணி இருக்கும் இல்லையா... அதுபோன்ற மணி. பெரிய அளவு மணி. பிரேயர் நடக்கும் இடத்திற்கு அடுத்து ஏழு நந்தியாவட்டை மரங்கள் இருக்கின்றன. அந்த மரங்களுக்குப் பின்னால்தான் அறிவியல் ஆய்வகம் இருக்கிறது. பிரேயர் நடக்கும் இடத்தில் உள்ள கொடிமரத்திற்கு எதிரே வரிசையாக வகுப்பறைகள் இருக்கும். வகுப்பறைகளுக்குப் பின்னால், விளையாட்டு மைதானமும், கழிப்பறைகளும் இருக்கின்றன. அன்றும் வழக்கம்போல பள்ளி வகுப்புகள் நடந்தன.

மாலையில் ஏழாம் வகுப்பு 'ஆ' பிரிவில், ஆண்டு விழாவுக்காக பவித்ரா, பிரின்ஸி, முகிலன், சாதிக் ஆகியோரின் பயிற்சி நடந்தது. உதவிக்கு ஓவியாவும் இருந்தாள். மற்ற வகுப்புகளில் யாரேனும்

இருக்கிறார்களா என்று பார்த்துவிட்டு வந்து, கதிரேசன் தாத்தாவும் அவர்களோடு சேர்ந்துகொண்டார். வரும்போது அவர் கையில் பென்சில் பாக்ஸ் ஒன்று இருந்தது.

"ஆறாம் வகுப்பில் யாரோ மறந்து வெச்சிட்டு போயிட்டாங்க" என்று சொல்லிவிட்டு, தன்னிடம் இருந்த பையில் அந்த பென்சில் பாக்ஸைப் பத்திரமாக வைத்தார் தாத்தா.

"தாத்தா, நேத்து ஒரு கனவு கண்டேன்... அதை நினைச்சாலே பயமா இருக்கு!" என்றாள் ஓவியா.

"என்ன கனவு ஓவியா?" என்றார் தாத்தா. அதற்குள், மற்றவர்களும் பயிற்சி எடுப்பதை விட்டுவிட்டு, ஓவியா அருகே வந்து நின்றார்கள்.

"நீங்கதானே நம்ம ஸ்கூல் பெல்லை அடிப்பீங்க?" என்ற ஓவியாவிடம், 'ஆமாம்' என்று சொல்வதைப்போல தலையாட்டினார் தாத்தா.

"என் கனவுல, நான் ஸ்கூல் பெல்லை அடிச்சேன். அப்போ... அப்போ..." என்று தயங்கினாள் ஓவியா.

"பயப்படாம சொல்லு ஓவியா" என்று தைரியம் கொடுத்தார் தாத்தா. க்ரீச்... க்ரீச்... சத்தம் கேட்டதும், முகிலன் பையிலிருந்து கொய்யாப் பழத்தைக் கொண்டுபோய் அணில்களுக்கு வைத்துவிட்டு வந்தான். அதற்காகவே அணில்கள் காத்திருந்தன.

"தாத்தா, நான் ஸ்கூல் பெல்லை அடிச்சதும், அப்படி ஒரு வாசனை வந்துச்சு. இதுவரை அந்த மாதிரி வாசனையை சுவாசிச்சதே இல்ல. ரொம்ப நல்லா இருந்துச்சு. அப்பறம், மஞ்சள் கலர்ல ஒரு வெளிச்சம் வந்துச்சு..." என்று சொல்லிக்கொண்டிருந்த ஓவியாவிடம், பிரின்ஸி,

"மஞ்சள்னா, மாம்பழ கலரா?" என்று கேட்டாள்.

"அவ்வளவு மஞ்சள் இல்ல, சாயந்திரம் வெயில் மஞ்சளா இருக்கும் இல்லையா... அந்த கலர்ல. நம்ம கலையரங்க மேடையை அது ஒரு சுத்து சுத்திட்டு, கொடிக் கம்பம் வழியா, நந்தியாவட்டை மரங்கள் கிட்ட போய்..." என்று நிறுத்தினாள் ஓவியா. எல்லோரும் அடுத்து என்ன சொல்லப்போகிறாள் என்று ஆவலோடு கேட்டுக்கொண்டிருந்தார்கள்.

"நந்தியாவட்டை மரங்கள் மேல வெளிச்சம் பட்ட உடனே, அந்த மரத்துல நிறைய பூக்கள் பூத்துச்சு. அந்தப் பூக்கள் எல்லாம் உடனே கிழே விழுந்துச்சு!" என்றாள் ஒவியா.

"பூத்த உடனே விழுந்துடுச்சா?" என்றான் முகிலன்.

"ஆமா முகிலா, நான் மரத்துக்குக் கீழே போய், அந்தப் பூக்களை எல்லாம் எடுக்குறேன். எடுத்து ஒரு பறவை மாதிரி செய்யறேன். ரங்கோலி கோலம் போடுவாங்களே அது மாதிரி... அப்படி செஞ்சதும்..." என்று சொல்லி பயந்துகொண்டு தாத்தாவின் கையைப் பிடித்துக்கொண்டாள் ஒவியா.

"அது வெறும் கனவுதான் ஒவியா. பயப்படாதே! கனவு முடிஞ்சிடுச்சா... இன்னும் இருக்கா...?" என்று கேட்டார் தாத்தா.

"இருக்கு தாத்தா, நான் பறவை மாதிரி செஞ்சேன் இல்லையா... அது திடீர்ன்னு பறக்க ஆரம்பிச்சிடுச்சு! கொஞ்ச நேரம் கழிச்சு பத்து பறவைகளோடு திரும்பவும் வந்து நந்தியாவட்டை மரத்துல உட்கார்ந்துச்சு. நான் பயந்துட்டு தூக்கத்தில் இருந்து எழுந்துட்டேன்" என்றாள் ஒவியா.

"அது என்ன பறவை ஒவியா?" முகிலன் கேட்டான். அவனுக்குப் பறவை, விலங்கு, இயற்கை என்றால் அவ்வளவு பிடிக்கும்.

"புறா மாதிரி இருந்துச்சு முகிலா" என்றாள் ஒவியா.

"எனக்கு ஒரு ஐடியா!" என்று வழக்கம்போல ஆரம்பித்தான் சாதிக்.

"என்ன?" என்று கேட்டாள் பவித்ரா.

"கனவுல வந்தது உண்மையான்னு பார்த்துடலாமா?" என்றான்.

"அது எப்படி முடியும்! கனவு ஜோஸ்யம் கேட்கலாம்னு சொல்றீயா?" என்று கிண்டலாகக் கேட்டாள் பிரின்ஸி.

"ஜோஸ்யமெல்லாம் பொய்னு அம்மா சொல்வாங்க. நான் சொல்றது என்னன்னா..." என்ற சாதிக்கிடம், "ரொம்ப இழுக்காம சீக்கிரம் சொல்லுடா" என்றான் முகிலன்.

"சொல்றேன், ஒவியாவை இப்போ போய் ஸ்கூல் பெல்லை அடிக்க வெச்சா, கனவுல நடந்தது உண்மையா நடக்குமா

இல்லையான்னு தெரிஞ்சுடும் இல்லையா?" என்றான் சாதிக்.

"நல்ல ஐடியாதான்" என்று சொன்ன தாத்தா, ஓவியாவைப் பார்த்தார். ஓவியா கொஞ்சம் பயந்திருந்தாலும், 'சரி' என்றாள்.

கலையரங்க மேடைக்கு எல்லோரும் சென்றார்கள். இந்த மேடையில்தான் ஆண்டு விழா கலை நிகழ்ச்சிகள் நடக்கும். மணி அருகே வந்ததும், மணி நாக்கில் (மணியின் நடுவில் தொங்குவதன் பெயர்தான் நாக்கு) தொங்கிக்கொண்டிருந்த கயிற்றை ஓவியாவிடம் பிடித்துத் தந்தார். ஓவியா ஒருமுறை மணி அடித்தாள்.

ஓவியாவின் கனவில் வந்ததுபோல, வாசனையோ, வெளிச்சமோ வரவில்லை. ஓவியா மீண்டும் மணி அடித்தாள். ம்ஹூம். எந்த மாற்றமும் இல்லை.

"ஓவியா, கனவில் நீ பெல் அடிக்கும்போது என்ன டிரஸ் போட்டிருந்த?" என்று கேட்டான் சாதிக்.

ஓவியா யோசித்துவிட்டு, "நேத்து எனக்கு போட்டுவிட்டீங்கள்ல... ஒற்றைச் சிறகு தேவதை டிரஸ். அதுதான்" என்றாள்.

"அப்படின்னா, அந்த டிரஸ்ஸைப் போட்டுட்டு பெல்லை அடி" என்றான். பவித்ராவும் ஓவியாவும் வகுப்பறைக்குச் சென்றார்கள். ஒற்றைச் சிறகு தேவதை உடை, மகாராணி கிரீடம், மந்திரக்கோல், இலை மாலை, செருப்பு ஆகியவற்றை அணிந்துகொண்டு வந்தாள் ஓவியா.

"இப்போ பெல்லை அடி ஓவியா" என்றான் சாதிக்.

ஓவியா மீண்டும் மணி அடித்தாள். நான்கு, ஐந்து முறை அடித்தும் வாசனையோ வெளிச்சமோ வரவில்லை.

"ஓவியா, அது கனவுலதான் வரும்போல" என்றான் முகிலன். அப்போதுதான் ஓவியா கவனித்தாள். 'மணி'யின் நாக்கு கனவில் வேறு மாதிரி இருந்தது.

"தாத்தா, பெல்லின் நாக்கு, வேற மாதிரி இருந்துச்சு தாத்தா" என்றாள்.

"எப்படி இருந்துச்சு ஓவியா?"

"நம்ம வீட்டுக் கதவுல டிஸைன் பண்ணியிருப்பாங்க. அதுபோல நீளமா இருந்துச்சு. அப்பறம் அது பச்சைக் கலர்ல இருந்துச்சு. முதல்ல நான் பாம்புன்னு நினைச்சு பயந்துட்டேன்" என்றாள் ஓவியா.

"பச்சைக் கலர்ல, கட்டம் கட்டமா டிஸைன் போட்டு, ஒரு முனையில வளைஞ்சி இருக்குமா?" என்று கேட்டான் முகிலன்.

"ஆமா முகிலா. அது எப்படி உனக்குத் தெரியும்?" என்றாள் ஓவியா.

"அது, நேத்து என் கனவுல வந்துச்சு ஓவியா. எங்கிருந்தோ எடுத்தேன். சரியாக ஞாபகம் வர மாட்டேங்குதே..." என்று தலைமுடியை இழுத்துக்கொண்டு யோசித்தான். அவன் அருகே சென்று, அவன் கண்களை உற்றுப்பார்த்தாள் ஓவியா. உடனே, முகிலன் நேற்று கண்ட கனவில் உள்ளே போய்விட்டாள். அந்தக் கனவில், அவன் பள்ளித் தோட்டத்தில் உள்ள மாமரத்தில் ஏறிக்கொண்டிருந்தான். மாம்பழங்களைப் பறித்துக் கீழே போட்டதும், அவனும் கீழே இறங்கி வந்தான். அப்போது தென்னைமட்டை மேல் ஒரு மாம்பழம் விழுந்திருந்தது. அதை எடுத்ததும் மட்டையின் கீழே பச்சை நிறத்தில் ஏதோ கிடப்பது தெரிகிறது. அதை எடுத்துப் பார்த்தால், ஓர் அடி ஸ்கேல் அளவுக்கு நீளம் இருந்தது. அதன் முனையில் ஒரு வளைவு இருந்தது. உடல் முழுவதும் கட்டம் கட்டமாகவும் ஒவ்வொரு கட்டத்தின் உள்ளேயும் ஒரு பூ படமும் போட்டிருந்தது.

முகிலன் கண் வழியே பார்த்ததை, அவனிடம் சொல்கிறாள் ஓவியா. முகிலன் திகைத்துப்போய், "ஓவியா, நான் கனவு கண்டதெல்லாம் நீ எப்படி கரெக்ட்டா சொல்ற?" என்று வியப்பாய்க் கேட்டான்.

"அது இருக்கட்டும். இப்போ நாம போய் அந்த பச்சைக் கலர் கம்பை எடுத்து வரணும்" என்று தோட்டத்தை நோக்கி நடக்க ஆரம்பித்தாள். அவள் பின்னே மற்றவர்களும் சென்றார்கள். தோட்டத்தில் இருந்த மாமரத்தின் கீழே கனவில் வந்ததைப்போல, தென்னம்மட்டை கிடந்தது. ஓடிச்சென்று முகிலன் அதைத் தூக்கினான். அங்கு கிடந்ததைப் பார்த்து எல்லோரின் கண்களும் ஆச்சரியத்தால் விரிந்தன.

முகிலன் தென்னம்மட்டையைத் தூக்கியதும், அங்கே பச்சை நிறத்தில் இரண்டு கம்புகள் கிடந்தன. இரண்டும் முனையில் வளைந்திருந்தன. இரண்டையும் எடுத்து வந்த முகிலன், "ஓவியா, இந்த ரெண்டுல எது என் கனவுல வந்ததுன்னு தெரியலையே..." என்றான்.

இரண்டையும் வாங்கி உற்றுப்பார்த்தாள் ஓவியா. பார்ப்பதற்கு இரண்டும் ஒரே மாதிரி இருந்தாலும், ஒன்றில் மட்டும்தான் உடல் முழுக்க இருந்த கட்டத்திற்குள் பூ இருந்தது, மற்றொன்றில் கட்டத்திற்குள் இல்லை. அதனால், இதுதான் சரியான மணி நாக்கு என்று முடிவெடுத்தாள் ஓவியா.

எல்லோரும் மீண்டும், கலையரங்கத்தில் உள்ள பள்ளி மணி அருகில் வந்தார்கள். அருகில் நாற்காலிகள் எதுவும் இல்லாததால், முகிலன் மண்டியிட்டுக் குனிந்துகொள்ள, அவன் மேல் ஏறிய சாதிக், மணியில் உள்ள நாக்கைக் கழற்றினான். பின்பு, தோட்டத்திலிருந்து எடுத்து வந்த பச்சை நிற நாக்கை மாட்டினான்.

"சீக்கிரம் மாட்டுடா... வலிக்குது" என்று கத்தினான் முகிலன். "முடிஞ்சிட்டுடா" என்று சொல்லிக் கொண்டே இறங்கினான். ஓவியா கனவில் பார்த்த மணியைப் போலவே இப்போது பள்ளியின் மணி மாறிவிட்டது.

"ஓவியா சீக்கிரம் பெல்லை அடி" என்று அவசரப்படுத்தினாள் பவித்ரா.

"இல்லை பவி, ஏதோ ஒண்ணு குறையற மாதிரி இருக்கு" என்றாள் ஓவியா. எவ்வளவு யோசித்தும் என்ன குறைகிறது என, அவளால் கண்டுபிடிக்க முடியவில்லை.

"பெல்லை அடிச்சுப் பார் ஓவியா... வாசனை வரல்லன்னா, என்ன குறையுதுன்னு யோசிக்கலாம்" என்றாள் பிரின்ஸி. சரி என்று பச்சை நிற நாக்கை இழுத்து அடித்தாள். வழக்கமாக வரும் சத்தம்போல இல்லாமல் புதிதாகக் கேட்டது. அப்படியென்றால், நிச்சயம் வாசனையும் வெளிச்சமும் வரும் என எல்லோரும் நினைத்தார்கள். ஆனால், ஓவியா மட்டும் ஏதோ ஒன்று குறைவதால் வராது என்று நினைத்தாள். அவள்

நினைத்ததைப்போல வாசனையும் மஞ்சள் வெளிச்சமும் வரவில்லை.

ஒவியா கண்களை மூடி, நன்றாக யோசித்தாள். அவள் கனவில் வந்ததில் இரண்டு விஷயங்கள் இப்போது இல்லை. ஒன்று, அவள் கையில் இலை மோதிரம் இல்லை. அதைச் சொன்னவுடனே, சாதிக் வகுப்பறைக்கு ஓடிச் சென்று எடுத்துவந்தான். அவனிடம் இருந்து மோதிரத்தை வாங்கிய தாத்தா, ஒவியாவின் விரலில் மாட்டிவிட்டார்.

"அடுத்து என்ன ஒவியா?" என்றார் தாத்தா.

"தாத்தா, நான் பறந்துகிட்டேதான் பெல்லை அடிச்சேன்" என்றாள் ஒவியா.

"அப்படியென்றால் பறந்துகிட்டே அடி" என்று தாத்தா சொன்னதும், தன் ஒற்றைச் சிறகை வருடிக்கொடுத்தாள். அது மெல்ல அசைந்தது. பின் வேகமாக அசைந்ததும் ஒவியா பறந்தாள். நேற்று பார்த்ததுதான் என்றாலும், ஐந்து பேரும் பறக்கும் ஒவியாவை ஆச்சர்யமாகப் பார்த்தனர். கலையரங்கத்தை விட்டு, வெளியே சென்று கொடிக்கம்பத்தைச் சுற்றி வந்து மணியின் பச்சை நாக்கைப் பிடித்து இழுத்தாள் ஒவியா. எல்லோருக்கும் என்ன நடக்கப்போகிறதோ என்ற பயமும் எதிர்பார்ப்பும் கலந்து இருந்தன. தாத்தா பறக்கும் ஒவியாவையே பார்த்துக்கொண்டிருந்தார்.

மணி சத்தம் ஒலித்த அடுத்த நொடி, அந்த வாசனை சூழ்ந்துகொண்டது. ஐந்து பேரும் காற்றை நன்றாக உள்ளே இழுத்து மூச்சு விட்டார்கள். ஒவியாவின் கனவில் வந்தது, நிஜத்தில் நடக்கிறது என்ற சந்தோஷத்தில் எல்லோரின் முகத்திலும் சிரிப்பு. ஒவியா, சிறகை அசைப்பதை நிறுத்தி, கீழே இறங்கினாள்.

"ஹேய்... இது மாம்பழ வாசனைடா... அதான் மாமரத்துக்கு கீழ பச்சை நாக்கு கிடந்திருக்கு" என்றான் முகிலன்.

"மாம்பழ வாசனை மாதிரிதான் இருக்கு. ஆனா, வேற மாதிரியும் இருக்குடா" என்றான் சாதிக்.

"அந்த ஆராய்ச்சி எல்லாம் அப்பறம் பார்த்துக்கலாம். மஞ்சள் கலர் வெளிச்சம் வரும்னு ஓவியா சொன்னாளே... அதைக் காணோமே" என்று பவித்ரா சொல்லி முடிக்கும் நொடியில், மஞ்சள் வெளிச்சம் ஒரு அலைபோல வந்தது. கலையரங்கத்தை விட்டு கீழே இறங்கியது மஞ்சள் வெளிச்சம். அதன் பின்னால் எல்லோரும் ஓடினார்கள்.

மஞ்சள் வெளிச்சம் முதலில் இருந்த நந்தியாவட்டை மரத்தின் மேல் வட்டமாக நின்றது. அதன் வெளிச்சம் கீழே இறங்கியதும், மரத்தில் திடீரென்று ஏராளமான பூக்கள் பூத்தன. அடுத்த சில நிமிடங்களில் எல்லாப் பூக்களும் மண்ணில் உதிர்ந்தன.

ஓவியா, பூக்களைப் பொறுக்கினாள். கனவில் வந்த பறவையைப்போல அடுக்கினாள். ஆனால், அந்தப் பூக்கள் பறவையாக மாறவில்லை. ஓவியா மீண்டும் மீண்டும் யோசித்துப் பார்த்தால், எதுவும் புரியவில்லை. எல்லாமும் சரியாகத்தானே செய்தோம்.

"ஓவியா அங்க பாரு..." என்றான் முகிலன். அவன் காட்டிய இடத்தில் புதிதாக இரண்டு பூக்கள் பூத்தன. அவை பூத்ததும் மரத்தின் மேலே இருந்த மஞ்சள் வெளிச்சம் மறைந்துவிட்டது. வாசனையும் இல்லை. புதிதாகப் பூத்த இரண்டு பூக்களும் விழுந்தன. அவற்றை எடுத்து பறவையின் கண்களாக வைத்தாள் ஓவியா. அடுத்த நொடியே, பூக்களாக இருந்த பறவை வடிவம், சிறகடித்துப் பறக்கத் தொடங்கியது.

முகிலன், சாதிக், பிரின்ஸி, பவித்ராவுக்கு மட்டுமல்ல அங்கு நடப்பது எல்லாம் தாத்தாவுக்கும் ஆச்சர்யத்தைக் கொடுத்தது. பூப் பறவை பறந்துபோன பத்து நிமிடங்களில், பத்துப் பறவைகளோடு வந்து மரத்தில் உட்கார்ந்தது. எல்லாமும் ஒரே மாதிரியாக இருந்தன.

"இது புறா மாதிரிதான் இருக்கு" என்றாள் பிரின்ஸி.

"மாதிரி இல்ல... புறாவேதான்" என்றான் சாதிக்.

ஓவியாவின் முகத்தில் அவ்வளவு மகிழ்ச்சி. 'ஹேய்ய்ய்ய்ய்ய்ய்ய்ய்' என்று கத்தினாள். அவளோடு சேர்ந்துகொண்டு எல்லோரும் கத்தினார்கள். ஆமாம். தாத்தாவும் 'ஹேய்ய்ய்ய்ய்ய்ய்ய்' என்று கத்தினார். முகிலன் ஆட ஆரம்பித்துவிட்டான். சந்தோஷம் வந்துவிட்டால், அவன் கால்கள் தரையில் நிற்காது. ஆடி, ஆடிக் களைத்துத்தான் விடுவான்.

முகிலனோடு பவித்ராவும் சேர்ந்து ஆட, சாதிக், பிரின்ஸி, தாத்தாவும் சேர்ந்துகொண்டார்கள். அவர்கள் நடனத்தைப் பார்த்து, சிரித்துக்கொண்டிருந்த ஓவியாவும் அவர்களோடு சேர்ந்து ஆட ஆரம்பித்துவிட்டாள். ஆடி, களைத்து, 'அப்பாடி' என மரத்தின் அடியில் உட்கார்ந்தார்கள்.

பறவைகள் படபடவென்று சிறகுகளை அடித்துக்கொண்டு பறக்க ஆரம்பித்தன. எங்கே போகின்றன என, எல்லோரும் ஓடிச் சென்று பார்த்தார்கள். பறவைகள் தோட்டத்தின் திசையில் பறந்து சென்றன. இவர்களும் அங்கு சென்றார்கள். பறவைகள் தோட்டத்தில் இருந்த மாமரத்தில் உட்கார்ந்தன.

"தாத்தா, இனிமே இந்தப் பறவைகள் இங்கேதான் இருக்கும்" என்றாள் ஓவியா.

"உனக்கு எப்படித் தெரியும் ஓவியா?" என்று கேட்டார் தாத்தா.

"எனக்கு அப்படித்தான் தோணுது தாத்தா. நந்தியாவட்டை மரத்திலேருந்து தோட்டத்துல உள்ள மரத்துல உட்காருற மாதிரிதான் என் கனவு முடிஞ்சுது" என்றாள் ஓவியா தனது ஒற்றைச் சிறகை அசைத்துக்கொண்டே.

"அப்படின்னா, நாளைக்குக் காலையில வந்து பார்ப்போம். அப்பவும் இருந்துச்சுன்னா, நீ சொல்ற மாதிரி இங்கேதான் இருக்கும்னு முடிவுக்கு வரலாம்" என்றார் தாத்தா.

ஓவியாவும் சரி என்று தலையாட்ட, மீண்டும் கலையரங்கத்துக்கு வந்தார்கள்.

"எனக்கு ஒரு சந்தேகம்..." என்றான் சாதிக்.

"என்ன?" என்றாள் பவித்ரா.

"இந்த பெல்லை நாம அடிச்சாலும் வாசனை வருமா?" என்று கேட்டான் சாதிக்.

"நீ எப்படிடா பறந்துகிட்டே பெல்லை அடிப்ப லூசு" என்று அவன் தலையில் குட்டு வைத்தாள் பிரின்ஸி. எல்லோரும் சிரித்தனர். ஓவியா தனது வேஷத்தைக் கலைத்தாள். வகுப்பறைக்குச் சென்று புத்தகப் பைகளை எடுத்துக்கொண்டு அவர்கள் வீட்டுக்குப் புறப்பட்டார்கள்.

அன்று இரவு, ஓவியாவுக்கு மீண்டும் ஒரு கனவு வந்தது.

அடுத்த நாள் பள்ளிக்கு மற்றவர்களுக்கு முன்பே ஓவியா டீம் வந்துவிட்டது. கதிரேசன் தாத்தாவும் ஓவியா டீமில் உண்டு! ஆனால், முகிலன் மட்டும் வரவில்லை. எல்லோரும் தோட்டத்திற்குச் சென்று புறாக்கள் இருக்கின்றனவா என்று பார்க்க நினைத்தார்கள்.

ஓவியா டீம் தோட்டத்திற்கு உள்ளே செல்லும் முன்பே, புறாக்களின் சத்தம் கேட்டது, உற்சாகமாக மாமரத்தின் அருகே ஓடினார்கள். அங்கே அந்தப் புறாக்கள் அங்கும் இங்கும் பறந்துகொண்டிருந்தன. மரத்தின் அடியில் முகிலன் நின்றுகொண்டிருந்தான். அவன் கையில் சின்ன அட்டைப் பெட்டி.

"டேய்... சீக்கிரமாவே வந்துட்டியா?" என்றாள் பிரின்ஸி.

"ஆமா, நிச்சயம் புறா எல்லாம் இருக்கும்னு தெரியும். அதான், வீட்லேருந்து அரிசி எடுத்துட்டு வந்து சாப்பிட கொடுத்துட்டு இருக்கேன்" என்று சொல்லிவிட்டு, மிச்சமிருந்த அரிசியை அடிபம்பின் அருகில் கொட்டினான்.

"ஓவியா... உன்னால, நம்ம ஸ்கூலுக்கு பத்து புறாக்கள் கிடைச்சிருக்கு" என்றாள் பவித்ரா.

"பத்து இல்லை பவி, பதினொண்ணு" என்று திருத்தினான் முகிலன். "ஆமா. பதினொண்ணு" என்றாள் பவித்ரா.

"எனக்கு ஒரு ஐடியா!" என்று வழக்கம்போல ஆரம்பித்தான் சாதிக்.

"டேய்! இப்படி என்ட்ரி கொடுக்காதடா... நேரடியா விஷயத்துக்கு வா" என்றாள் பவித்ரா.

"சரி சரி... நேத்து நாம செஞ்சமே, அதையே ஆண்டு விழாவில் ஸ்பெஷல் நிகழ்ச்சியா பண்ணினால் எப்படி இருக்கும்...? விழாவுக்கு சிறப்பு விருந்தினர் யாரு தெரியுமா?" என்றான்.

"யாரு?" என்றனர் எல்லோரும்.

"நம்ம மாவட்ட கலெக்டர். நேத்தே நோட்டிஸ் போர்டில் போட்டிருந்தாங்க. நீங்க பார்க்கலையா?" என்றான் சாதிக்.

நேற்று நடந்தவற்றில் அதெல்லாம் யாருடைய நினைவிலும் இல்லை.

"அதனால்தான் சொல்றேன். அவர் வரும்போது புறாக்களை வரவழைக்கலாமே..." என்று சொல்லிவிட்டு எல்லோரையும் பார்த்தான் சாதிக்.

"நீ சொல்றது நல்ல ஐடியாதான் சாதிக். நேத்து என் கனவுல என்ன வந்துச்சு தெரியுமா? நான் தொடர்ந்து பெல்லை அடிச்சிட்டே இருக்கேன். வாசனையும் வெளிச்சமும் வந்துட்டே இருக்கு. நிறைய பூக்கள் பூத்து, நிறைய பறவைகள் வந்து, நம்ம தோட்டமே பறவைகள் சரணாலயம் மாதிரி ஆயிடுது. அதே மாதிரிகூட செய்யலாம். ஆனா, இந்த விஷயம் நம்மைத் தவிர வேற யாருக்கும் தெரியக்கூடாது" என்றாள் ஓவியா.

எல்லோரும் சம்மதம் என்று சொல்வதுபோல தலையாட்டினார்கள்.

அன்றைக்குப் பாடங்கள் முடிந்து, மாலையில் ஓவியா டீம் ஒத்திகை முடிந்து வீட்டுக்குச் சென்றார்கள்.

சனி, ஞாயிறு விடுமுறை முடிந்து, திங்கள் கிழமை காலையில் கதிரேசன் தாத்தா மணி அடிப்பதற்காக வந்து மணியைப் பார்த்தபோது அதிர்ச்சி அடைந்தார்.

மணியில் இருந்த பச்சை நிற நாக்கைக் காணவில்லை!

7

"பச்சை கலர் பெல் நாக்கு காணாமப் போயிடுச்சா...?" என்று அதிர்ச்சியாய்க் கேட்டான் சாதிக்.

சாதிக்கின் அதிர்ச்சி ஒவியா டீம் எல்லோருக்குமே இருந்தது. எப்படி இது காணாமல் போயிருக்கும்? யார் எடுத்திருப்பார்கள்? நம்மைத் தவிர யாருக்கும் இந்த விஷயம் தெரியாதே... என்று குழம்பிப் போனது ஒவியா டீம்.

"ஒருவேளை, விகேஷ் டீமா இருக்குமா?" என்று கேட்டாள் பவித்ரா.

"விகேஷா... யார் அது?" என்றான் முகிலன்.

"அவனும் நம்ம ஸ்கூல்தான். எட்டாவது படிக்கிறான். அவன்கூட எப்பவுமே நாலு பசங்க இருப்பாங்க" என்றாள் பவித்ரா.

"அவனுக்கு எப்படி நம்ம பெல் விஷயம் தெரியும்?" என்றான் சாதிக்.

"அவன் என்னோட பக்கத்து வீடுதான். மொட்டை மாடியில என் தங்கச்சி கிட்ட ஒவியா பத்தி சொன்னதை எல்லாம் கேட்டுட்டான். சிரிச்சிட்டே போனான். ஆனா, இங்கே வந்து திருடுவான்னு நினைக்கல" என்றாள் பவித்ரா.

VII - அ

"ஓ! அதுக்குத்தான் யார்கிட்டேயும் சொல்லாதேன்னு சொன்னேன் பவித்ரா" என்று கோபமாகச் சொன்னாள் ஓவியா.

"அவன் எதுக்கு இப்படிச் செய்யறான்?" என்றான் சாதிக்.

"விகேஷ், ஆண்டு விழாவுக்கு சூப்பரான மேஜிக் ஷோ செய்யப்போறேன்னு சொல்லிட்டு இருந்தான். அதைவிட நாம செய்யப்போறது பெஸ்ட்டாயிடும் இல்லையா... அதைத் தடுக்கத்தான்" என்றான் முகிலன்.

"தெரியாம சொல்லிட்டேன், ஸாரிப்பா" என்று ஓவியாவின் கையைப் பிடித்துக்கொண்டாள் பவித்ரா.

"சரி, விஷயம் தெரிஞ்சிடுச்சு. பெல் நாக்கு காணாமலும் போயிடுச்சு. அதை எப்படிக் கண்டுபிடிக்கலாம்னு யோசிக்கலாம்" என்றார் தாத்தா. எல்லோரும் 'அதுதான் சரி' என்று ஒத்துக்கொண்டார்கள்.

அன்று மாலை, ஓவியா டீம் பேசிக்கொண்டே அந்த ஊரிலிருந்த தனியார்ப் பள்ளி அருகே வந்துவிட்டார்கள். வாசலில் பெரிய கேட். அதில் இரண்டு பக்கமும் காவலாளிகள். உள்ளே செல்வதென்றால் கையெழுத்து போட்டுவிட்டுத்தான் செல்ல முடியும். உள்ளே நிறைய பேருந்துகள் நின்றுகொண்டிருந்தன. அங்கிருந்த பெரிய ஃப்ளெக்ஸ் போர்டைப் பார்த்து அதிர்ந்தனர்.

ஓவியா பள்ளியின் ஆண்டு விழா அன்றுதான், இந்தத் தனியார் பள்ளியிலும் ஆண்டு விழா. அதற்கும் மாவட்ட கலெக்டர்தான் சிறப்பு விருந்தினர்.

"பவித்ரா, இங்கே பார், இந்த ஸ்கூலை விட, நம்ம ஸ்கூலைத்தான் கலெக்டர் பாராட்டணும். நீ என்ன செய்வியோ தெரியாது. விகேஷ்தான் ஸ்கூல் பெல் பச்சை நாக்கைத் திருடினானான்னு பார்த்து சொல்லணும்" என்றாள் ஓவியா.

"அது கொஞ்சம் கஷ்டம் ஓவியா."

"ஏன்?"

"அவனுக்கும் மேஜிக் தெரியும். சீட்டுக்கட்டு, முட்டை எல்லாம் வெச்சி மேஜிக் செய்வான். எங்கே கத்துக்கிட்டான்னு தெரியல.

இருந்தாலும் திருடினது அவன்தானான்னு கண்டுபிடிக்கிறேன்" என்றாள் பவித்ரா. எல்லோரும் வீட்டுக்குச் சென்றனர்.

பவித்ரா கண்டுபிடிப்பாள் என்று யாருக்கும் நம்பிக்கையில்லை. ஆனால், அடுத்த நாள் வந்து பவித்ரா, "ஓவியா, விகேஷ் டீம்தான் திருடியிருக்காங்க" என்றாள் உறுதியாக.

"எப்படிச் சொல்ற?"

"நேத்து அவன் வீட்டுக்குப் போனேன். அவன் இல்லை. அவங்க அம்மாகிட்டே பேசிக்கிட்டே வீட்டுல பச்சை நாக்கை ஒளிச்சு வெச்சிருக்கானான்னு தேடிப்பார்த்தேன். அப்பதான் திறந்து கிடந்த அவனோட ஓவிய நோட்டைப் பார்த்தேன். அதுல பச்சை நாக்கை வரைஞ்சி வெச்சிருந்தான். அஞ்சு ஓவியம் வரைஞ்சிருந்தான். எல்லாத்தையும் கிழிச்சி எடுத்துட்டு வந்துட்டேன்" என்று சொல்லி, அவற்றைக் காட்டினாள்.

ஓர் ஓவியத்தில் முழுமையாகப் பச்சை நாக்கை வரைந்திருந்தான். அடுத்த நான்கு ஓவியங்களில் பச்சை நாக்கு முழுசாக இல்லை. கொஞ்சம் கொஞ்சமாக இருந்தது. 'ஏன் இப்படி துண்டு துண்டாக வரைந்திருக்கிறான்' என்று யோசித்தாள் ஓவியா. ஏதோ யோசனை வந்தவளாய், நான்கு ஓவியங்களில் வரைந்திருக்கும் இடத்தை மட்டும் வெட்டினாள். ஓவியங்களை ஒன்று சேர்த்தாள். அவள் நினைத்ததைப்போல அதுவும் மணி நாக்குதான். அதை நான்காகப் பிரித்து வரைந்திருக்கிறான்.

"ஏன் இப்படி நான்காய்ப் பிரித்து வரைந்திருக்கிறான்?" என்று பவித்ரா கேட்டாள்.

"அதான் தெரியல" என்றாள் ஓவியா.

அன்றைக்குப் பள்ளி விட்டதும், ஓவியா டீம் பவித்ரா வீட்டுக்குச் சென்றது. அவள் வீட்டு மொட்டை மாடியில் எல்லோரும் உட்கார்ந்து பேசிக்கொண்டிருந்தனர்.

"என்ன ப்ளான் பண்றீங்க?" என்று யாரோ கேட்டார்கள். யார் என்று எல்லோரும் திரும்பிப் பார்க்க, பக்கத்து வீட்டு மொட்டை மாடியில் விகேஷ் நின்றுகொண்டிருந்தான். அவனுடைய நண்பர்களும்தான்.

"பவி, நேத்து என் வீட்டுக்கு வந்து, என் டிராயிங் நோட்டிலேருந்து தாள்களை கிழிச்சிட்டுப்போனது எனக்குத் தெரியும்" என்றான் விகேஷ். பவித்ரா பயத்தோடு அவனைப் பார்த்தாள்.

"பயப்படாதே பவி. அம்மாகிட்ட சொல்ல மாட்டேன். நம்ம ஸ்கூல் பெல் நாக்கைத் திருடினது நான்தான். பரவாயில்ல, ஈஸியா கண்டுபிடிச்சிட்டீங்க. ஆனா, அது திரும்ப உங்களுக்கு கிடைக்காது" என்று சிரித்தான்.

"நிச்சயம் அது எங்களுக்கு கிடைக்கும்... எங்க பொருளைத் திருடிட்டு... எங்ககிட்டேயே திமிரா பேசறியா விகேஷ்?" என்றாள் ஓவியா.

"ஆண்டு விழாவுல எனக்குத் தெரிஞ்ச மேஜிக் பண்ணி, கலெக்டரை அசத்தலாம்னு இருந்தேன். ஆனா, நீங்க இவ்வளவு பெரிய விஷயம் பண்ணப் போறீங்கன்னு தெரியாது. அப்படி நீங்க செஞ்சுட்டா, எங்க கிளாஸைவிட, உங்க கிளாஸைத்தான் கலெக்டர் அதிகமா புகழ்ந்து பேசுவார். அதை எங்களால ஏத்துக்கவே முடியாது. முடிஞ்சா பச்சை நாக்கைக் கண்டுபிடிச்சிக்கோ" என்றான் விகேஷ்.

அவன் பேசிக்கொண்டிருக்கையில் அவன் கண்களை ஆழ்ந்து பார்த்தாள் ஓவியா. நிச்சயம்

பச்சை நாக்கு அவனின் கனவில் வந்திருக்கும். அதை வைத்து கண்டுபிடித்துவிடலாம் என நினைத்தாள். ம்ஹூம். முடியவில்லை. அவனின் கனவில் பச்சை நாக்கே வரவில்லை போல. ஓவியாவின் முயற்சியை அவன் கண்டுபிடித்தவன்போல சிரித்தான்.

"உன்னால நிச்சயம் கண்டுபிடிக்க முடியாது ஓவியா" என்று கிண்டலாகச் சிரித்தான். அப்போது அவன் பக்கத்தில் இருந்த நால்வரும் சிரித்தார்கள். பவித்ராவின் அம்மா, எல்லோருக்கும் ஜூஸ் எடுத்து வந்ததும், விகேஷ் டீம் இடத்தைக் காலி செய்தது.

அடுத்த நாள் பள்ளிக்கு வந்ததும், ஓவியா டீம்க்கு 'எப்படிப் பச்சை நாக்கைக் கண்டுபிடிப்பது?' என்பது பற்றித்தான் யோசனையே! மதியம் உணவு இடைவேளையில், தாத்தா எல்லோருக்கும் ஜூஸ் வாங்கித் தந்தார். தாத்தாவிடம் நேற்று பவித்ரா வீட்டில் நடந்ததைச் சொன்னார்கள். அப்போது, பவித்ரா தனக்கு இரண்டு ஜூஸ் வேண்டும் எனக் கேட்டாள். தாத்தாவும் வாங்கித் தந்தார். ஆனால், இரண்டு ஜூஸ்களையும் கையில் வைத்துக்கொண்டு சாப்பிட முடியவில்லை அவளால்.

அப்போது பிரின்ஸி, "பவி, என்கிட்ட கொடு. வெச்சிருக்கேன்" என்றாள். அதற்கு, "வேணாம்பா, உன்கிட்ட இருந்தா நீயே தின்னுடுவ" என்றாள்.

"உன்கிட்ட இருந்தால் மட்டும் பிடுங்க மாட்டேன்னு நினைக்கிறியா?" என்று மிரட்டினாள் பிரின்ஸி. "தாத்தா, எங்கிட்ட இருந்தா ஈஸியா வாங்கிடுவா... நீங்க வெச்சிக்கோங்க. அப்பதான் அவ வாங்க மாட்டா" என்றாள் பவித்ரா.

ஓவியாவுக்கு இவர்களின் பேச்சிலிருந்து, ஒரு ஐடியா கிடைத்தது.

"பவி, விகேஷ் கூட நேத்து வந்த பசங்க யாரு?" என்றாள் ஓவியா.

"அவனோட படிக்கிற பசங்கதான். எங்க தெருவுலதான் இருக்காங்க" என்று சொல்லிவிட்டு பவித்ரா ஜூஸ் சாப்பிடுவதில் மும்முரமாகி விட்டாள். ஓவியா அதையே யோசித்துக்கொண்டிருந்தாள்.

பவித்ராவின் கையில் ஐஸ் இருந்தால், பிரின்ஸி பிடுங்கி விடுவாள் என்பதுபோல, விகேஷின் கனவில் இருந்தால் நான் கண்டுபிடித்துவிடுவேன் என்பதால், அவனின் நண்பர்களின் கனவில் ஒளித்து வைத்திருக்கலாம்தானே! ஏனென்றால் விகேஷுக்கு மேஜிக் தெரியும் என்று பவித்ரா சொல்லியிருக்கிறாள். ரொம்ப நேரம் யோசித்துவிட்டு, இதை நண்பர்களிடம் சொன்னபோது, தாத்தா தான் முதலில் பாராட்டினார்.

"ஓவியா சூப்பரா யோசிச்சிருக்க... நீ நினைச்ச மாதிரிதான் இருக்கும்" என்றார் தாத்தா.

"பவி, இன்னிக்கும் உங்க வீட்டுக்கு வாரேன். அந்த நாலு பேரையும் தனித்தனியா கூப்பிட்டு பேச்சுக்கொடு. நான் அவங்க கனவுல போய், யார் பச்சை நாக்கு பற்றிய ரகசியத்தை வெச்சிருக்கா என்பதைக் கண்டுபிடிக்கிறேன்" என்றாள் ஓவியா.

சரி என்று தலையாட்டினாள் பவித்ரா. சொன்னது போலவே அன்று மாலை பவித்ரா வீட்டுக்குச் சென்றாள் ஓவியா.

நகுலுக்கு அதிரசம் என்றால் அவ்வளவு பிடிக்கும். அதைச் சொல்லியே பவித்ரா நகுலை அழைத்து வந்துவிட்டாள். விகேஷின் நால்வர் அணியில் இவனும் ஒருவன். பவித்ரா வீட்டுக்கு வந்ததும், ஓவியாவைப் பார்த்ததும் தயங்கினான். ஆனால், பவித்ரா அம்மா சுட்டுத்தந்த அதிரசத்தைச் சாப்பிட்டபடியே பேசினான். அதற்குள், அவனின் கண்கள் வழியே அவன் கனவுக்குள் சென்றுவிட்டாள் ஓவியா. அவள் நினைத்ததைப்போல இவன் கனவில்தான் விகேஷ் வைத்திருந்தான். அதைத் தேடினாள். அதிலிருந்து கிடைத்த தகவல்களை ஒரு தாளில் எழுதினாள்.

'ஒரு தகரத்தில், வெள்ளைக் காகிதத்தை ஒட்டி, அதன்மேல் மணலைத் தூவ வேண்டும். அதில் மண் புழுக்களை விட்டால், அவை நெளிந்து உங்களுக்குக் காட்டும் வரைபடம் வழியே சென்றால், பச்சை நாக்கின் முதல் துண்டு கிடைக்கும்.'

இதைப் படித்ததும், ஓவியாவுக்கே குழப்பமாக இருந்தது. முதல் துண்டு என்றால்... ஓ! விகேஷ் ஓவியத்தில் வரைந்ததைப்போல பச்சை நாக்கை நான்கு துண்டுகளாக்கி, நான்கு பேரின் கனவில் அந்த ரகசியத்தை ஒளித்து வைத்திருக்கிறான்.

"சரி பவி, மத்த மூணு பேரையும் எப்படியாவது கூப்பிடு. இன்னிக்கே எல்லா ரகசியத்தையும் கண்டுபிடிச்சிடலாம்" என்றாள் ஓவியா.

அடுத்து வந்தவன் ஆகாஷ். இவன் பவித்ரா வீட்டுக்கு எதிர் வீடு. அதனால், 'அம்மா கூப்பிட்டாங்க' என்றதுமே வந்துவிட்டான். அவன் கண்கள் வழியே கனவுக்குள் சென்றபோது கிடைத்த தகவல்:

'அழுக்கான வெள்ளிப்பாத்திரம், பவித்ரா வீட்டுக்குப் பின் கிடக்கிறது. அதை இந்த ஊரில் உள்ள அடிபம்பின் சுத்தமான (மஞ்சள் நிறம் இல்லாத) நீரால் கழுவ வேண்டும். அப்படிக் கழுவும்போது அந்த நீரில் ஓடும்போது கிடைக்கும் வரைபடம் காட்டும் வழியில் சென்றால் பச்சை நாக்கின் இரண்டாம் துண்டு கிடைக்கும்.'

விகேஷ் டீமின் அடுத்த ஆள் சுதிப். வீம்பு பிடித்தவன். ஆனால் பவித்ராவின் அண்ணன் அன்பு என்றால் பயப்படுவான். அதனால், அன்பு கூப்பிடுவதாக சுதிப்பை அழைத்து வந்தாள் பவித்ரா. அவனின் கனவுக்குள் சென்றபோது, ஓர் ஓவியம் இருந்தது. அதை அப்படியே வரைந்தாள் ஓவியா. சின்னக் குறிப்பும் இருந்தது. அந்த ஓவியத்தில் உள்ளவர் இந்த ஊர்க்காரர்தான் அவர் வீட்டின் கதவில்தான் பச்சை நாக்கின் மூன்றாவது துண்டு இருக்கிறது.

"சபாஷ் பவி, மூணு பேரையும் எப்படியோ வரவழைச்சிட்ட. கடைசி ஆளையும் கூப்பிடு" என்றாள் ஓவியா.

"அது முடியாது ஓவியா. அவன் விகேஷின் தம்பி காமேஷ். ரெண்டு பேரும் இரட்டையர்கள்" என்றாள் பவித்ரா. ஓவியா சோர்ந்து உட்கார்ந்துவிட்டள். சிறிது நேரம் கழித்து,

"பரவாயில்ல பவி. நமக்கு கிடைச்சிருக்கிற க்ளூவை வெச்சி மூணு துண்டுகளையும் தேடுவோம். எப்படியும் நாலாவது துண்டு கிடைச்சிரும். பார்த்துக்கலாம்" என்றாள் ஓவியா.

காணாமல் போன மணியின் பச்சை நாக்கை நிச்சயம் கண்டுபிடித்துவிடலாம் என்ற நம்பிக்கையுடன் வீட்டை நோக்கி நடந்தாள் ஓவியா.

முதல் துண்டு: 'ஒரு தகரத்தில், வெள்ளைக் காகிதத்தை ஒட்டி, அதன்மேல் மணலைத் தூவ வேண்டும். அதில், நெல் வயலில் உள்ள மண் புழுவை விட்டால், அது நெளிந்து உங்களுக்குக் காட்டும் வரைபடம் வழியே சென்றால், பச்சை நாக்கின் முதல் துண்டு கிடைக்கும்.'

அன்று பள்ளி முடிந்ததும் கலையரங்கத்திற்கு வந்தது ஓவியா டீம். நகுல் கனவில் வந்த குறிப்பை வைத்து, பச்சை நாக்கின் முதல் துண்டைக் கண்டுபிடிக்க வேண்டும். தாத்தா தன்னிடம் இருந்த தகரப் பட்டை ஒன்றை எடுத்து வைத்தார். சாதிக் வெள்ளைக் காகிதத்தை எடுத்து பசை தடவி ஒட்டினான். அடுத்து, மணலைத் தூவி, மண்புழுக்களை இதன் மேல் விட வேண்டும்.

"நாளைக்கு காலையில எங்க வயலுக்குப் போயிட்டா, மண் புழு எடுத்துடலாம்" என்றான் சாதிக். எல்லோரும் சம்மதிக்க, வீட்டுக்குப் புறப்பட்டனர்.

அடுத்த நாள், பள்ளிக்கு வரும் நேரத்தை விட, சீக்கிரமாகவே கிளம்பி, சாதிக்கின் வயலுக்கு வந்தனர். நெல் அறுவடைக்கு ஒரு மாதம் இருக்கிறது. அங்கு வாய்க்காலில் தண்ணீர் இல்லை. ஆனாலும் அதில் தோண்டிப் பார்த்தார்கள். ம்ஹும்... மண் புழு இல்லை. அடுத்து வரப்பு ஓரமாக, யாருக்கும்

தெரியாமல் வயலின் உள்ளே என்று பல இடங்களில் தோண்டிப் பார்த்தும் மண் புழு கிடைக்கவில்லை. பள்ளிக்கூடத்துக்கு நேரமாகிவிட்டது என்பதால், வயலை விட்டு வெளியே வந்தனர்.

"ஏன் தாத்தா மண் புழுவே இல்லை?" என்றாள் பவித்ரா.

"முதல்ல மண்புழு என்ன செய்யுதுன்னு தெரிஞ்சிகிட்டா, மண் புழு ஏன் இல்லைன்னு தெரிஞ்சிடும்" என்றார் தாத்தா.

"சரி. சொல்லுங்க... ஸ்கூல் போற வரை டைம் பாஸாகணும் இல்லையா?" என்று சிரித்தான் சாதிக். அவனை அடிக்க ஓடினான் முகிலன்.

"மண்ணில் போடுற மக்குற கழிவுகள்தாம் மண் புழுக்களோட உணவு. ஆடு, மாடுகளோட கழிவுகள், இலை, குப்பை எல்லாம் நல்லா மக்கின நிலையில இருந்தா மண் புழுக்கள் சாப்பிடும். மண்ணோட இரண்டு அடி ஆழம் வரைக்கும் மண் புழுக்கள் அலைஞ்சிட்டே இருக்கும்" என்று தாத்தா சொல்லிட்டு இருக்கும்போதே,

"நம்ம முகிலன், லீவ் நாள்னா அலைவானே அது மாதிரியா தாத்தா?" என்றான் சாதிக்.

"அப்படித்தான்னு வெச்சிக்க சாதிக். மண் புழுக்கள் அப்படி அலையறதால, மண் மிருதுவாக ஆகிடுது. மழை பெய்ஞ்சா தண்ணீர் மண்ணுக்குள் நுழையவும் உதவுது. அதனால மத்த நுண்ணுயிரிகளும் வளர முடியும். ஒரு செடி வளர்றதுக்கு தேவையான பக்குவத்தை மண் புழு தருது" என்றார் தாத்தா.

"அப்படின்னா, நாம ரெண்டு அடி ஆழத்துக்கு தோண்டியிருக்கணுமா தாத்தா?" என்றாள் பிரின்ஸி.

"அப்படி இல்லடி பிரின்ஸி. ரெண்டு அடி ஆழம் வரைக்கும் மண் புழுக்கள் இருக்கும்னு தாத்தா சொல்றார்" என்ற ஒவியா, தாத்தாவிடம்,

"நாம் தேடினப்ப ஏன் தாத்தா மண் புழுவே இல்ல?" என்றாள்.

"உங்க யார் வீட்டுலயாவது மாடு வளர்க்கறாங்களா?" என்று கேட்டார் தாத்தா.

"எங்க வீட்டுல" என்றான் முகிலன்.

"இதுவே பத்து, இருபது வருஷம் முன்னாடின்னா எல்லார் வீட்டிலேயும் ஆடு, மாடு வளர்ப்பாங்க. அதுகளோட கழிவுகளை,

வீட்டுக்குப் பின்புறம் கொட்டி வெச்சி, வருஷத்துக்கு ஒரு தடவை அள்ளிட்டு வந்து வயல்ல உரமா போடும் பழக்கம் இருந்துச்சு. அந்த உரத்தைத்தான் வயல்ல போட்டு, அதன் மேல விவசாயம் நடக்கும். இப்போ எல்லாம் ரசாயன உரத்தைப் போடுறதால மண் புழுக்கள் இல்லாமலே போயிடுச்சு. நம்ம ஊர்ல மண் புழு இல்லாததற்கு இன்னொரு காரணம் இருக்கு... அது உங்களுக்கு வேணாம்" என்றார் தாத்தா.

"அப்படின்னா, நாம பச்சை நாக்கின் துண்டைக் கண்டுபிடிக்கவே முடியாதா?" என்று கவலையோடு கேட்டாள் பவித்ரா. அவள் கேட்டு முடிக்கும்போது பள்ளிக்குள் வந்துவிட்டார்கள்.

"சரி, எல்லாரும் வகுப்புக்கு போங்க. ஸ்கூல் முடிஞ்சதும் பேசுவோம்" என்று சொல்லிவிட்டு, தாத்தா தலைமை ஆசிரியர் அறையை நோக்கி நடந்தார்.

மற்றவர்கள் கவலையோடு வகுப்புக்குச் சென்றனர்.

பள்ளியின் அன்றைய தினத்திற்கான கடைசி மணியை அடித்துவிட்டு, 7 ஆ பிரிவுக்கு வந்தார் தாத்தா.

"ஏய்... பிள்ளைகளா... ஏன் சோகமா உட்கார்ந்திருக்கீங்க? முகிலன் அங்கே பாரு. நீ தினமும் பழம் வைப்பியே... அதுக்காக அணில் ரெண்டும் காத்திட்டு இருக்கு" என்றார் தாத்தா.

அப்பதான், தான் இன்றைக்கு எந்தப் பழமும் வாங்கி வரவில்லை என்ற நினைவு முகிலனுக்கு வந்தது. தாத்தா கையில் வைத்திருந்த பையிலிருந்து ஒரு கொய்யாப் பழத்தை எடுத்து, முகிலனிடம் கொடுத்தார். அவன், அதை அணில்களுக்கு அருகில் கொண்டுபோய் வைத்தான். மற்றவர்களுக்கும் பழங்களைக் கொடுத்து சாப்பிடச் சொன்னார்.

"மண்புழு கிடைக்கலைன்னு வருத்தப்படாதீங்க. நாளைக்கு ஒரு இடத்துக்குப் போகலாம். அங்கே நிச்சயம் மண் புழு இருக்கும்" என்றார் தாத்தா.

"எங்கே போகப்போறோம் தாத்தா?" ஆவலோடு கேட்டாள் ஓவியா.

"என்கூட படிச்ச நண்பன், இயற்கை விவசாயம் செய்யறான். அவனோட வயலில் எந்த ரசாயன உரமும் போட்டதில்லையாம், அங்கே போய் மண் புழு தேடலாம்" என்றார் தாத்தா.

தாத்தா சொன்னதும்தான் எல்லோரின் முகங்களிலும் சிரிப்பே வந்தது.

"தாத்தா, நான் ஒரு மேஜிக் செய்யவா?" என்றாள் பிரின்ஸி.

"என்ன மேஜிக்?" என்ற பவித்ராவிடம், "இந்தக் கொய்யாப் பழத்தில் பாதி மட்டும் காணாமல் போகச் செய்யவா?" என்றாள்.

எல்லோரும் 'செய்' என்று சொல்லிவிட்டு, அவளையே பார்த்தார்கள். அவள் கொய்யாப் பழத்தை எடுத்து, தாத்தா மாதிரியே, "ஜ... ஜ... ஜூஸம்... ஹூ... ஹூ... ஹூஸம்" என்று மந்திரம் போட்டாள். அடுத்து கொய்யாப் பழத்தைத் தலையில் வைத்து மந்திரம் சொன்னாள். அடுத்து நெற்றியில், கண்ணில், மூக்கில் என வரிசையாக வந்தவள். வாயில் வைத்து ஒரே கடியில் பாதிப் பழத்தைக் கடித்துத் தின்றுவிட்டு, "பார்த்தீங்களா... பாதிப் பழம் காணாமப் போச்சு" என்றாள். எல்லோரும் அவளை அடிக்க ஓட, தாத்தா சிரித்துக்கொண்டே அவர்களைத் தடுத்தார்.

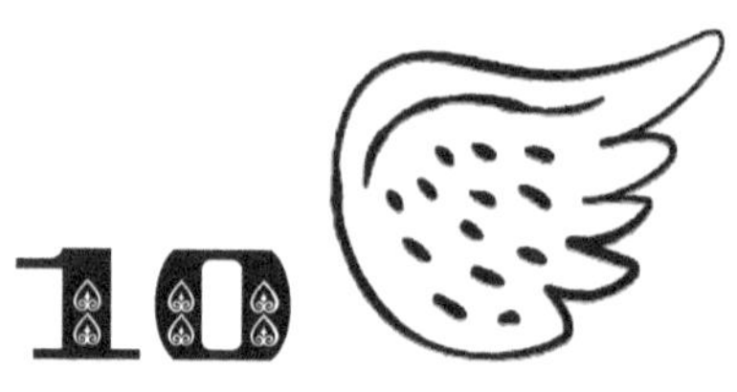

10

"டேய் வரப்புல பார்த்துப்போடா... கீழே விழுந்துடாதே!" சாதிக்கை எச்சரித்தாள் பவித்ரா. அடுத்தநாள் ஓவியா டீம் இயற்கை விவசாயம் செய்யும் தாத்தாவின் நண்பர் பண்ணைக்குப் புறப்பட்டது.

"அதோ, நிறைய மரங்கள் தெரியுதே, அதுதான் அந்தப் பண்ணை" என்றார் தாத்தா.

இப்போது அவர்கள் சென்று கொண்டிருந்த வரப்பில், மண்ணெண்ணெய் வாசனை அடித்தது.

"இங்கே எப்படி தாத்தா மண்ணெண்ணெய் வாசனை அடிக்குது?" என்று கேட்டாள் ஓவியா.

"நம்ம ஊர் ஆரம்பத்தில் பெரிய ஃபேக்டரி மாதிரி ஒண்ணு இருக்கே பாத்திருக்கிறியா?" என்று தாத்தா கேட்டதற்கு, எல்லோருமே 'ஆமாம்' என்று தலையாட்டினார்கள்.

"அது மண்ணுக்குள்ள இருந்து எண்ணெய் எடுக்கும் கம்பெனி. ரொம்ப வருஷத்துக்கு முன்னாடி, மண்ணெண்ணெய் எடுக்கிறேன்னு சொல்லி நம்ம ஊருக்கு வந்தாங்க. சரி, மண்ணெண்ணெய் கிடைச்சா நல்லதுதானேன்னு நாங்களும் நினைச்சோம். ஏன்னா, இப்ப மாதிரி அப்பெல்லாம் கேஸ் அடுப்பு கிடையாது. கம்பெனிக்காரங்களும்

நம்ம வயல் குறுக்க குழாய் எல்லாம் பதிச்சாங்க. அந்தக் குழாய்கள்ள இருக்கும் ஓட்டையிலிருந்துதான் எண்ணெய் வெளியே வருது" என்றார் தாத்தா.

"எண்ணெய் வெளியே வந்தால் என்னவாகும்?" சாதிக் கேட்டான்.

"அந்த இடத்துல விவசாயம் சரியா நடக்காது. இப்போ நாம தேடிட்டு இருக்கும் மண்புழு மாதிரியான உயிர்கள் செத்துப் போயிடும்" என்றார்.

"ஓ! இதைத்தான் நேத்தே இன்னொரு காரணம் இருக்குன்னு சொன்னீங்களா?" என்று நினைவில் வைத்திருந்து கேட்டாள் ஓவியா. ஆமாம் என்று தலையாட்டினார். பேசிக்கொண்டே இயற்கை விவசாயப் பண்ணைக்குள் வந்துவிட்டார்கள். அந்தப் பண்ணையில் மா, கொய்யா, வாழை என பலவகையான மரங்கள் இருந்தன. நெல்லும் பயிரிட்டிருந்தார்.

தாத்தாவின் நண்பர் எல்லோருக்கும் இளநீர் கொடுத்தார். ஓவியாவும் சாதிக்கும் ஆவலைக் கட்டுப்படுத்த முடியாமல், வயல் வரப்பு அருகே ஓடிச்சென்று தோண்டினார்கள். அங்கே மண் புழுக்கள் நெளிந்தன. பவித்ரா இரு கைகளில் மண்ணை எடுத்துத் தயாராக நின்றாள். பிரின்ஸியும், முகிலனும் வெள்ளைக் காகிதம் ஒட்டிய தகரப் பட்டையை எடுத்துவந்தனர். அதில் மண்ணைத் தூவினாள் பவித்ரா. ஓவியா ஒரு மண்புழுவை எடுத்து வைத்தாள். அது நெளியாமல் சில நொடிகள் அப்படியே நின்றது. பின், அசைந்து, நெளிந்து சென்றது. இறுதியாக தகரப் பட்டையிலிருந்து வெளியே விழுந்தது. மண் புழுக்கள் நெளிந்து போய் காட்டியிருக்கும் வரைபடத்தை தாத்தா தன் மொபைலில் போட்டோ எடுத்துக்கொண்டார்.

"வழ வழன்னு இருக்குடா மண் புழு" என்று முகிலனிடம் சொன்னான் சாதிக்.

"மண் புழுவோட தோல் முழுக்க சின்னச் சின்ன துளைகள் இருக்கும். அதுதான் அது சுவாசிக்கிறதுக்கே உதவுது" என்றாள் ஓவியா. அவள் நேற்றே மண் புழுவைப் பற்றி நிறைய விஷயங்களைத் தேடித் தெரிந்துகொள்ள ஆரம்பித்துவிட்டாள்.

"எனக்கு ஒரு டவுட்!" என்றான் சாதிக்.

"டேய், நீ வழக்கமா எனக்கு ஒரு ஐடியான்னுதானே சொல்லுவ... இப்ப என்ன மாத்தி சொல்ற?" என்று கிண்டல் செய்தாள் பிரின்ஸி.

"மண் புழு வரைந்த மேப் இருக்குல, அது இப்போ நாம நிக்கிற இடத்திலேருந்தா... இல்ல, நம்ம ஸ்கூல்ல இருந்தா?" என்றான்.

சரியான கேள்விதான் என்று எல்லோரும் யோசித்தனர். யாருக்கும் எதுவும் புரியவில்லை. ஓவியா, நகுலின் கனவுக்குள் சென்றதை மீண்டும் ஒரு முறை நினைத்தாள். 'பள்ளியிலிருந்து திருடப்பட்ட மணியின் நாக்கின் முதல் துண்டு' என்று வந்தது. எல்லோரிடம் சொன்னாள்.

"நம்ம ஸ்கூலிலிருந்து திருடியதுதானே... அதனால அங்கிருந்துதான் மேப் சொல்லும் இடம் ஆரம்பிக்கும்" என்றாள்.

"அது இருக்கட்டும். பிரேயர் பெல் அடிக்க இன்னும் பதினெஞ்சு நிமிஷம்தான் இருக்கு... சீக்கிரம் வாங்க... இல்லைன்னா என் வேலை போய்டும்" என்று தாத்தா அவசரப்படுத்தி அழைத்துச் சென்றார்.

அவர் பயந்ததைப் போலவே ஆகிவிட்டது. அவர்கள் எல்லோரும் பள்ளிக்குச் சென்றதும், தலைமை ஆசிரியர், கதிரேசன் தாத்தாவை வரச் சொன்னார்.

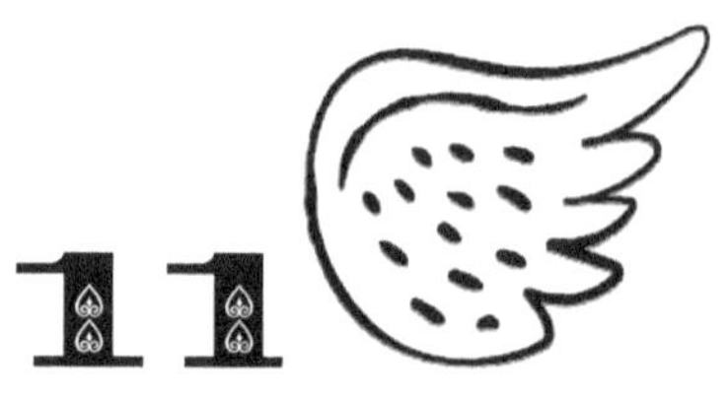

"செவன்த் கிளாஸ் பசங்களோடு சேர்ந்து நீங்களும் ஊர் சுத்துறீங்களாமே?" என்று கதிரேசன் தாத்தாவைப் பார்த்து, கடுமையாகக் கேட்டார் தலைமை ஆசிரியர். தாத்தா ஏதும் பேசாமல் நின்றார்.

"உங்க கிட்டேதான் கேட்கிறேன், பதில் சொல்லுங்க" என்றார் மீண்டும்.

தாத்தா நடந்த எல்லாவற்றையும் ஒன்று விடாமல் சொன்னார். தலைமை ஆசிரியரால் கொஞ்சம்கூட நம்ப முடியவில்லை.

"நீங்க, இதுக்கு முன்னாடி மேஜிக் மேனாக இருந்திருக்கலாம். அதுக்காக சும்மா கதை விடாதீங்க" என்று சொன்ன தலைமை ஆசிரியருக்கு, பள்ளித் தோட்டத்தில் புதிதாகப் புறாக்கள் இருந்தது நினைவுக்கு வந்தது. "சரி, நீங்க சொல்றது உண்மையா பொய்யான்னு எனக்குத் தெரியாது. ஆனா, ஸ்கூல் நேரத்துல எங்கும் போகக்கூடாது. ஸ்கூல் பேரும் கெட்டுப்போற மாதிரி எதையும் செய்யக்கூடாது" என்று எச்சரித்துவிட்டு அனுப்பினார்.

இந்த அளவுக்கு நம்மை விட்டதே பெரிய விஷயம் என்று நிம்மதியானார் தாத்தா. எப்படியோ இப்படி ஒரு விஷயம் நடக்கிறது என்பதை தலைமை ஆசிரியரிடம் தெரிவித்துவிட்டோம் என்றும் சந்தோஷப்பட்டார்.

மாலையில் 'ஒற்றைச் சிறகு ஓவியா' டீம் கூடியது. தாத்தா மொபைலில் இருக்கும் அந்த வரைபடத்தைக் காட்டினார். முகிலன் அந்த ஊரின் வரைபடத்தை வாங்கி வந்திருந்தான். இரண்டையும் வைத்துப் பார்த்தார்கள். வழியைக் கண்டுபிடிக்க முடியவில்லை.

ஓவியா வரைபடத்தை உற்றுப் பார்த்தாள். "தாத்தா, மண் புழு வரைந்த மேப்பில், நம்ம பாதையில் போறது மாதிரி இல்ல. வீடுகள் மேல, குளத்து மேலன்னு பறந்து போனாதான் பச்சை நாக்கின் முதல் துண்டைக் கண்டுபிடிக்க முடியும். கவலையை விடுங்க, என்னாலதான் பறக்கமுடியுமே..." என்றாள்.

தாத்தா மொபைலிலிருந்த வரைபடத்தை மனதிற்குள் பதிய வைத்துக்கொண்டாள். சிறகை ஒட்டிக்கொண்டாள். கிரீடத்தைச் சூடிக்கொண்டாள். இலை மாலை, இலை மோதிரத்தை அணிந்துகொண்டாள். செருப்பை மாட்டிக்கொண்டு மேஜிக் கம்பையும் எடுத்துக்கொண்டாள்.

ஒவ்வொரு முறை பார்க்கும்போது ஒற்றைச் சிறகு ஓவியா அழகாகிக்கொண்டே போகிறாள். அவள் பறப்பதைப் பார்க்க அவள் டீமே ஆவலாகக் காத்திருந்தது. ஓவியா, சிறகை வருடிக்கொடுத்தாள். அது அசைய அசைய, ஓவியா பறக்க ஆரம்பித்தாள்.

பள்ளியை விட்டு வெளியே வந்ததும் தார்ச்சாலை இருக்கிறது. அதைக் குறுக்கே கடந்தால் குளம் வரும். குளத்தின் கரையில் சில வீடுகள் இருக்கின்றன. அதைக் கடந்தால் வயல்வெளிதான். வரைபடத்தில் இருந்த வழியில் சரியாகப் பறந்தாள். சூரியன் மறைவதற்குள் கண்டுபிடிக்க வேண்டும். வரைபடம், கருவேல மரத்தின் உச்சியில் பச்சை நாக்கின் முதல் பகுதி இருப்பதாகக் காட்டியது. அது காட்டிய இடத்தில் ஐந்து கருவேல மரங்கள் இருந்தன. இவற்றில் எந்த மரத்தில் இருக்கிறது என்று தெரியவில்லையே என்று யோசித்தாள்.

ஏதோ ஒரு மரத்தில் தேடிப்பார்க்கலாம் என்று முதல் மரத்தின் மேல், சுற்றி வந்தாள். எவ்வளவு தேடியும் அங்கு இருப்பதாகத் தெரியவில்லை. அடுத்த மரத்திலும் இல்லை. அவளுக்காக நண்பர்கள் காத்திருப்பார்களே என்ற கவலையும் ஒரு பக்கம். மூன்றாவது மரத்தின் மேல் ஓவியா பறக்கும்போது, அந்த

மஞ்சள் வெளிச்சம் வந்தது. ஓவியாவுக்கு இந்த மரத்தில்தான் இருக்கும் என்ற நம்பிக்கை வந்துவிட்டது. கருவேல மரத்தில் சூரான முள் இருக்கும். மரத்தின் மேல் பட்ட ஓவியாவின் காலில் முள் கிழித்து ரத்தம் சொட்டியது.

கால் வலிக்கிறதே என்று திரும்பிப் பார்க்கையில், ரத்தம் சொட்டிய இடத்தில் பச்சையாக ஒன்று தெரிந்தது. அதுதான் என்று அருகில் போனாள். ஆனால், அது பச்சைப் பாம்பு. அது பச்சை நாக்கின் பகுதியைச் சுற்றிக்கொண்டு கிடந்தது. அந்தப் பாம்பை விரட்டி, எப்படி மணியின் நாக்கை எடுப்பது என்று யோசித்தாள். தன் கழுத்தில் இருந்த இலை மாலையைக் கழற்றி, பாம்பின் அருகில் இருந்த கிளையில் மாட்டிவிட்டாள். புதிதாக ஏதோ இருப்பதைப் பார்த்து, பாம்பு அதை நோக்கிச் சென்றது. அந்த நேரத்தில் ஓவியா, மணியின் பச்சை நாக்கின் முதல் பகுதியை எடுத்துவிட்டாள். ஆனால், இலை மாலையில் பாம்பு சுற்றிக்கொண்டு விட்டது. பாம்பு மாலையிலிருந்து விலகும் வரை காத்திருந்து, மாலையை எடுத்து சூடிக்கொண்டாள்.

பச்சை நாக்கின் முதல் பகுதி கிடைத்த மகிழ்ச்சியில் உற்சாகமாகப் பறந்தாள். அவள் வருவதைப் பார்த்த ஓவியா டீம் சந்தோஷக் கூச்சல் போட்டு வரவேற்றது. கலையரங்கத்தில் இறங்கி, ஓவியா தாத்தாவிடம் நாக்கின் முதல் பகுதியைக் கொடுத்தாள். எல்லோரும் ஆர்வமாக அதைப் பார்த்தார்கள்.

"தாத்தா, நாம கண்டுபிடிக்கும் பகுதிகளை பத்திரமா வெச்சிக்க ஒரு இடம் வேணும். அதை நீங்கதான் சொல்லணும்" என்றாள் ஓவியா.

சிறிதுநேரம் யோசித்த தாத்தா, "ஆ! அதுக்கு ஒரு வழி இருக்கு!" என்று உற்சாகமாகச் சொன்னார்.

"என்ன வழி தாத்தா?" என்று சிறகுகளை அசைத்துக்கொண்டே கேட்டாள் ஓவியா.

"எங்கூட வாங்க" என்று சொல்லி, நடக்கத் தொடங்கினார். எல்லோரும் அவரைப் பின்தொடர்ந்து செல்ல, ஆசிரியர்கள் ஓய்வறையைக் கடந்து, சைக்கிள் நிறுத்தும் இடத்துக்குச் சென்றார். அதன் முடிவில், மோட்டர் அறை இருக்கிறது. அதன் உள்ளே சென்ற தாத்தா, கறுப்பு நிறப் பெட்டியை எடுத்து

வந்தார். தன்னிடம் இருந்த சாவியைக் கொண்டு அதைத் திறந்தார் தாத்தா. அதில் அவர் மேஜிக் ஷோ செய்வதற்கான பொருள்கள் இருந்தன.

ஆரஞ்சு நிறப் பந்துகள் அடங்கிய ஒரு கண்ணாடிப் பெட்டி, கோழி இறகுகள், ஊதா, வெள்ளை, மஞ்சள், சிவப்பு, நீலம் ஆகிய வண்ணங்களில் ரிப்பன்கள், சின்ன சுத்தியல்... இன்னும் பல பொருள்கள் இருந்தன. எல்லோரும் ஒவ்வொன்றையும் எடுத்துப் பார்த்தனர். பிரின்ஸி, சின்ன சுத்தியலை எடுத்து, முகிலன் தலையில் பலமாக அடிப்பதுபோல விளையாட்டுக் காட்டினாள். அவன் தலைமேல் கையை வைத்துக்கொண்டு பயந்துகொண்டு கீழே உட்கார்ந்தான்.

"தாத்தா, இந்தப் பெட்டியில் நாம் கண்டுபிடிக்கும் பச்சை நிற மணி நாக்கின் பகுதிகளை வைக்கலாம்னு சொல்றீங்களா?" என்றாள் ஓவியா.

"ஆமா, இந்தப் பெட்டியில் எங்கே வைத்தால் பாதுகாப்பாக இருக்கும்னு கண்டுபிடிங்க" என்று சொல்லிவிட்டு, அதில் உள்ள பொருள்களை எல்லாம் கீழே கொட்டினார். பெரிய அளவு கொண்ட சூட்கேஸ் மாதிரிதான் இருந்தது. இதில் எங்கு வைத்தாலும் ஒன்றுதானே என்று நினைத்தார்கள். சாதிக், அந்தப் பெட்டியைத் தூக்கிச் சுற்றிலும் வேறு ஏதேனும் சின்ன இடம் இருக்கிறதா என்று பார்த்தான்.

"தாத்தா, இதில் எங்கு வைத்தாலும் ஒன்றுதானே?" என்று சொன்னாள் பவித்ரா.

"அப்படியா சொல்ற?" என்று சொல்லிவிட்டு, அந்தப் பெட்டியைப் பூட்டினார். சாவியின் மறுபுறத்தை வைத்து, பூட்டுக்கு அருகிலிருந்த ஏழு துளைகளில் நான்காவது துளையில் நுழைத்தார். அதை மெல்ல திருப்ப, பெட்டியின் அடியில் சின்ன அறை போல ஒன்று திறந்துகொண்டது. அந்த அறை இருப்பதை யாராலும் கண்டுபிடிக்க முடியவில்லை.

"ஓவியா, இந்த அறையில் நீ கொண்டுவந்த பச்சைநிற மணி நாக்கின் முதல் பகுதியை வை... இந்தப் பெட்டியை கள்ளச் சாவி போட்டுத் திறந்தாலும் இந்த அறை இருப்பது தெரியாது. அப்படியே தெரிந்தாலும், சின்னத் துளையில் நுழைக்கும் சாவியைச் செய்ய முடியாது. ஒருவேளை அப்படியே செய்ய முடிந்தாலும் இந்த ஏழு ஓட்டைகளில் எதில் நுழைப்பது என்பதைக் கண்டுபிடிக்கவே முடியாது. ஏன்னா, இந்த முறை

நாலாவது துளையில் நுழைச்சேன் அல்லவா! அடுத்த முறை இதிலே நுழைச்சால் அந்த அறை திறக்காது. அதுதான் மேஜிக்" என்று சிரித்தார் தாத்தா.

இப்போதுதான் எல்லோருக்கும் நிம்மதியே வந்தது. ஓவியா தாத்தாவிடம் கொடுத்த பச்சை நிற மணி நாக்கின் முதல் பகுதியை பத்திரமாக அந்த அறையில் வைத்து மூடினார் தாத்தா.

"ஓவியா, நீ பச்சை நாக்கில் முதல் பகுதியை எடுத்துட்டன்னு விகேஷ்க்கு தெரிஞ்சிருமா?" என்று சந்தேகத்தை வழக்கம்போல எழுப்பினான் சாதிக்.

"அவன் புத்திசாலியா இருந்தா கண்டிப்பா தெரிஞ்சிரும். அதுக்கும் நாம ஒரு வழி பண்ணிடலாம்" என்றாள் ஓவியா.

ஓவியா என்ன செய்யப்போகிறாள் என்று எல்லோரும் ஆவலோடு பார்த்தனர். ஓவியா, கலையரங்கத்திற்குப் பறந்துசென்று அங்கிருந்த தன் பையிலிருந்து நீளமான பச்சை நிற நாக்கை எடுத்து வந்தாள்.

"இது... மாமரத்துக்கு கீழே கிடந்த இன்னொண்ணுதானே! ஆனா இதுல இருக்கிற கட்டத்துக்கு உள்ள பூ இருக்காதே..." என்றான் முகிலன்.

"இதையும் விகேஷ் டீம் மாதிரி நாலு துண்டுகளாக்கி விடலாம். நாம எடுக்கும் ஒரிஜினல் பாகத்துக்கு பதிலா இதை வெச்சிடுவோம்" என்றாள் ஓவியா.

"சூப்பர் ஓவியா, செம ஐடியா!" என்று பாராட்டினாள் பிரின்ஸி.

"இதை உடைச்சி நாலு துண்டாக்குற வேலையை நான் பார்த்துக்கிறேன்" என்ற சாதிக், சொன்னது போலவே அழகாக நான்கு துண்டுகளாக்கினான்.

"சூப்பர் சாதிக். இப்போ நான் பறந்துபோய் அந்த கருவேல மரத்துல முதல் துண்டை வெச்சிட்டு வந்துடுறேன்" என்று முதல் பகுதியை எடுத்துக்கொண்டு பறந்தாள் ஒற்றைச் சிறகு ஓவியா.

12

இரண்டாம் பகுதி: 'அழுக்கான வெள்ளிப்பாத்திரம், பவித்ரா வீட்டுக்குப் பின் கிடக்கிறது. அதை இந்த ஊரில் உள்ள கைப்பிடி பம்பின் சுத்தமான (மஞ்சள் நிறம் இல்லாத) நீரால் கழுவ வேண்டும். அப்படிக் கழுவும்போது அந்த நீரில் ஓடும்போது கிடைக்கும் வரைபடம் காட்டும் வழியில் சென்றால் பச்சை நாக்கின் இரண்டாம் துண்டு கிடைக்கும்.'

காலையில் பள்ளிக்குச் செல்வதற்கு முன், பவித்ரா வீட்டில் ஓவியா டீம் கூடியது. தாத்தா மட்டும் வரவில்லை.

"ஸ்கூல் பிரேயர் பெல் அடிக்க, இன்னும் ஒரு மணி நேரம் இருக்கு ஓவியா, அதனால பொறுமையா தேடலாம்" என்றான் சாதிக்.

"அப்படியெல்லாம் நினைக்காதே! அங்க போனா என்ன பிரச்னை வரப்போகுதோ..." என்று சொல்லிவிட்டு, தேடுவதற்குத் தயாரானாள் ஓவியா.

ஓவியாவுடன் எல்லோரும் சேர்ந்து பவித்ராவின் வீட்டுக்குப் பின்புறம் சென்றார்கள். அங்கே வைக்கோல் போர் இருந்தது. அதைச் சுற்றித் தேடினார்கள். எதுவும் கிடைக்கவில்லை. அதை அடுத்து, பெரிய பிளாஸ்டிக் வாளி இருந்தது. அது உடைந்துவிட்டதால் அங்கே போட்டிருந்தார்கள். 'நாம் தேடுவது வெள்ளிப் பாத்திரம் அல்லவா' என்று யோசித்துக்கொண்டே ஓவியாவும் சாதிக்கும் அதன்

அருகில் சென்றனர். பிளாஸ்டிக் வாளியில் முழுக்க, பழைய பொருள்கள் வைக்கப்பட்டிருந்தன. சாதிக் அந்த வாளியைத் தூக்கி தலைகீழாகக் கவிழ்த்தான். உள்ளிருந்து கிழிந்த ரப்பர் பந்து, பல்லாங்குழி, பவுடர் தீர்ந்துபோன டப்பா என எல்லாமும் கொட்டின. ஓவியா ஒவ்வொரு பொருளாய்ப் பார்த்துக்கொண்டிருந்தாள். அவற்றில், சூஜா ஒன்று கிடந்தது. ஆனால், அதன் நிறமே மாறி, அழுக்கு நிறத்தில் இருந்தது.

அதை லேசாகத் துடைத்துப் பார்த்தாள் ஓவியா. எவர்சில்வர் கூஜா மாதிரிதான் இருந்தது. அதன் கைப்பிடியில் இரண்டு வளையல்கள் மாட்டியிருந்தன.

'ஒருவேளை நாம் தேடும் பொருள் இதுதானா?' என்று யோசித்துக்கொண்டே திருப்பித் திருப்பிப் பார்த்துக்கொண்டிருந்தாள் ஓவியா. அதைப் பார்த்த பவித்ராவும், முகிலனும் பிரின்ஸியும் அவளிடம் வந்தனர்.

"பிரின்ஸி, இதைப் பாரு... வெள்ளிக் கூஜாவா இது?" என்று சந்தேகத்துடன் கேட்டாள் ஓவியா.

அதை வாங்கிப் பார்த்த பிரின்ஸி, "தெரியலையே ஓவியா" என்று சொல்லி, முகிலனிடம் தந்தாள். இப்படி எல்லோரும் மாற்றி மாற்றிப் பார்த்தும் அது வெள்ளிப் பாத்திரம்தானா என்று கண்டுபிடிக்க முடியவில்லை.

"அம்மா கிட்ட கேட்டுப் பார்ப்போமா?" என்று கேட்டாள் பவித்ரா.

"வேணாம் பவி, உங்க அம்மாகிட்டே காட்டினா, காணாமப் போன வெள்ளிக்கூஜா கிடைச்சிடுச்சுன்னு வாங்கி வெச்சிப்பாங்க... அப்பறம் இதை க்ளீன் பண்ணி, மேப் கண்டுபிடிக்க முடியாம போயிடும்" என்றான் சாதிக்.

"இப்பதாண்டா உருப்படியா பேசியிருக்க" என்றான் முகிலன். எல்லோரும் சிரித்தனர். பவித்ரா கீழே கிடந்த கிழிந்த ரப்பர் பந்தை எடுத்து சாதிக் மேல் எறிந்தாள்.

"சரி, இதை எடுத்துட்டு போய் தாத்தா கிட்ட காட்டுவோம். அவர் கரெக்டா சொல்லிடுவார்" என்று சொல்லிவிட்டு, பைக்குள் கூஜாவை வைத்துக்கொண்டாள் ஓவியா.

எல்லோரும் பவித்ரா வீட்டு வாசலுக்கு வந்தபோது, விகேஷின் தம்பி காமேஷ் இவர்களைப் பார்த்து நக்கலாகச் சிரித்தான்.

"ஓவியா, இவன்கிட்டதான் நாலாவது பகுதி எங்கேயிருக்குங்கற ரகசியம் இருக்கு. உடனே அவன் கண்ணைப் பார்த்து கனவுக்குள் போ" என்று அவனுக்குக் கேட்டுவிடாமல் சொன்னாள் பவித்ரா.

ஓவியா, அவனின் கண்களைப் பார்க்க நிமிர்ந்தபோது, காமேஷ் ஸ்டைலாக ஒரு கூலிங் கிளாஸை அணிந்துகொண்டு ஓடிவிட்டான்.

"விடு பவி, இப்போதைக்கு ரெண்டாவது பகுதியை கண்டுபிடிக்கறதுதான் முக்கியம்" என்று சொன்னதும் பள்ளியை நோக்கி நடந்தது ஓவியா டீம்.

பள்ளிக்குள் நுழையும்போதே தாத்தாவைப் பார்த்துவிட்டது ஓவியா டீம். அவரிடம் சென்று, தன் பையிலிருந்த கூஜாவைக் காட்டினாள் ஓவியா.

"ஓ! இதுதான் அந்த வெள்ளிப் பாத்திரமா?" என்றார் தாத்தா.

"அதான் தெரியல தாத்தா. பவி வீட்டுக்குப் பின்னாடி இது மட்டும்தான் வெள்ளி மாதிரி இருந்துச்சு. இது வெள்ளியான்னு நீங்கதான் சொல்லணும்" என்றாள் ஓவியா.

தாத்தா அந்தக் கிண்ணத்தை நன்றாகப் பார்த்துவிட்டு, "வெள்ளி மாதிரிதான் இருக்கு" என்றார். விளையாட்டுப் பொருள்கள் வைத்திருக்கும் அறைக்குச் சென்று, மரப் பொருள்களில் தேய்க்கும் எமரி* ஷீட்டை எடுத்துவந்தார். அதை வைத்து, கூஜாவின் ஓர் ஓரத்தில் தேய்த்தார். அழுக்கு போய் பளீரென்று மின்னியது.

"இது நிச்சயம் வெள்ளி மாதிரிதான் இருக்கு ஓவியா... ஆனா உறுதியா சொல்ல முடியலையே..." என்றார்.

"இப்ப என்ன செய்யறது?" என பிரின்ஸி கவலையுடன் கேட்டாள்.

"நம்ம ஸ்கூலுக்கு எதிர்பக்கத்துல நகை செய்யற கடை இருக்கு. அங்கே போய் கேட்டா சொல்லிடுவாங்க. நீங்க இப்போ கிளாஸ்க்கு போங்க. நானே போய்ப் பார்த்துட்டு வாரேன். ஸ்கூல் விட்டதும் கலையரங்கத்துக்கு வந்துடுங்க" என்று சொல்லிவிட்டு கூஜாவை எடுத்துச் சென்றார் தாத்தா.

ஒரு முடிவு தெரியவில்லையே என்ற குழப்பத்தில் எல்லோரும் வகுப்புக்குச் சென்றனர்.

---

* எமரிஷீட் : மரப்பொருள்களை பாலீஷ் செய்ய தேய்க்கும் அட்டை.

13

பள்ளியின் கடைசி பெல் அடித்ததும், ஓவியா டிம் அடித்துப் பிடித்துக்கொண்டு கலையரங்கத்தில் கூடியது. அங்கிருந்த தாத்தா, மூலையில் வைத்திருந்த கூஜாவை எடுத்து வந்து ஓவியாவிடம் கொடுத்தார். அதன் கைப்பிடியில் மாட்டியிருந்த வளையல்கள் இரண்டையும் அதிலிருந்து பிரித்து, தனியே கொடுத்தார்.

"தாத்தா, இது வெள்ளிக்கூஜாதானா?" என்று அவசரமாகக் கேட்டாள் பவித்ரா.

"அது வந்து..." என்று தாத்தா சொல்ல ஆரம்பிக்கவும், கணக்கு மாஸ்டர் விட்டல் சார் கூப்பிடவும் சரியாக இருந்தது.

"கதிரேசன் தாத்தா, உங்கள ஹெட்மாஸ்டர் கூப்பிட்டார். போங்க" என்றார்.

"போயிட்டு வந்துடுறேன்" என்று சொல்லிவிட்டு, தலைமை ஆசிரியர் அறையை நோக்கிச் சென்றார் தாத்தா.

பத்து நிமிடங்கள் கழித்து வந்த தாத்தாவிடம், "என்னாச்சு தாத்தா?" என்று பயந்துகொண்டே கேட்டான் சாதிக்.

"ஒண்ணுமில்ல... ஆண்டு விழா நாள் நெருங்கிட்டு இல்ல, அதான் இன்விடேஷன் கொடுக்கிறதுக்காக

ஒரு லிஸ்ட் ரெடி பண்ணி, எழுதியிருக்கிறார். அதை சயின்ஸ் டீச்சர்கிட்ட கொடுக்கச் சொன்னார்" என்றார் சிரித்துக்கொண்டே.

"அதை விடுங்க தாத்தா. நகைக்கடைக்குப் போனீங்களா... இந்தக் கூஜா வெள்ளியா இல்லையா?" என்றாள் ஓவியா.

"மதியம் சாப்பிட்டதும் போனேன். வெள்ளிதான் ஓவியா. கூஜா இல்ல. அதுல மாட்டியிருந்த வளையல்கள்தான் வெள்ளி" என்றார்.

எல்லோரும் ஓவியாவின் கையில் இருந்த வளையல்களைப் பார்த்தார்கள். அதுவும் அழுக்கு ஏறி, கறுப்பாகத்தான் இருந்தது.

"ஓ! இதைத்தான் நம்ம கைப்பிடி பம்பு தண்ணீல கழுவணுமா?" என்றாள் பிரின்ஸி.

"மஞ்சள் கலர் இல்லாத தண்ணீரா இருக்கணும் பிரின்ஸி. அதை மறந்துடாதே" என்று நினைவூட்டினான் முகிலன்.

"ஓ! அப்பன்னா வெள்ளைக் கலர்ல இருக்கணுமா?" என்று கேட்டாள் பவித்ரா.

"அதை வெள்ளைக் கலர்ன்னு எப்படி சொல்ல முடியும்? நிறமில்லாததுன்னு சொன்னாதான் சரியா இருக்கும்" என்றாள் ஓவியா.

"நம்ம ஸ்கூல்ல இருக்கிற கைப்பிடி பம்புத் தண்ணீ எப்படி இருக்குன்னு பார்ப்போம் வாங்க" என்று சாதிக் சொன்னதும் எல்லோரும் தோட்டத்தில் இருந்த கைப்பிடி பம்பை நோக்கிச் சென்றனர்.

முகிலன்தான் கைப்பிடி பம்பில் தண்ணீர் அடித்தான். பிரின்ஸி தன் வாட்டர் பாட்டிலில் பிடித்து வெளியே காட்டினாள். பள்ளிச் சுவரில் இருக்கும் மஞ்சள் நிறம் அளவுக்கு மஞ்சள் நிறத்தில் இருந்தது தண்ணீர்.

"நம்ம ஊர் தண்ணியே எப்போதுமே இப்படித்தான் இருக்குமா தாத்தா?" என்றாள் பவித்ரா.

"இப்பத்தான் இப்படி ஆயிடுச்சு. முன்னாடியெல்லாம், 20 அடியிலேயே தண்ணி வந்துடும். இப்ப, ஐநூறு அடிக்கும் மேல குழாயை எறக்குறாங்க. அப்படியும் தண்ணி ஒழுங்கா வர்றதில்ல..." என்றார் தாத்தா சலிப்போடு.

"அதுக்கு என்ன காரணம் தாத்தா?" என்றாள் ஓவியா.

"மண் புழுவைத் தேடிட்டுப் போனப்ப பார்த்தீங்க இல்லியா... குழாய்லேருந்து எண்ணெய் வெளியே வந்துச்சே..."

'ஆமாம்' என்று எல்லோரும் தலையாட்டினர்.

"அது வந்ததும் தண்ணீ ஆழத்துக்குப் போயிடுச்சு... கெட்டும் போச்சு" என்று சொன்ன தாத்தா, கொஞ்ச நேரம் யோசித்துவிட்டு, "நிறைய பேரு இங்கே வந்து தண்ணீ சாம்பிளுக்கு எடுத்துட்டுப் போய், குடிக்கிற தரத்துக்கு இல்லன்னு சொன்னாங்க. ஆனா, கம்பெனிக்காரங்க தண்ணீ நல்லாத்தான் இருக்குன்னு சொல்றாங்க. குடிக்கிற நமக்கு தெரியாதா... தண்ணீ நல்லா இருக்கா இல்லையான்னு..." என்றார் தாத்தா.

"எங்க வீட்ல கேன் தண்ணீர்தான் குடிக்கிறோம்" என்றாள் பவித்ரா.

"எங்க வீட்லயும்தான்" என்று முகிலனும் பிரின்ஸியும் சொன்னார்கள்.

"கையால் அடிக்கிற பம்பு தண்ணியத்தான் குடிச்சி வளர்ந்தோம். இன்னிக்கு, நம்ம ஊர் தண்ணி குடிக்க முடியாத அளவுக்கு கெட்டுப்போயிட்டு இருக்கு" என்று கவலையுடன் சொன்னார் தாத்தா.

"தாத்தா, அப்படின்னா நாம இந்த வளையல்களை கழுவவே முடியாதா?" என்றான் முகிலன்.

"தெற்குத் தெருவில் ஒரு கைப்பிடி பம்பில் தண்ணி மஞ்சள் இல்லாம வர்றதா சொல்வாங்க... நாளைக்கு போய்ப் பார்ப்போம்" என்றார் தாத்தா.

"இன்னிக்கே போலாம் தாத்தா, எங்க வீடு தெற்குத் தெருவுலதான் இருக்கு. எல்லோரும் வந்துட்டா பார்த்து, அப்படியே வீட்டுக்கு போயிடலாம்" என்றாள் ஓவியா.

"சரி, போலாம்" என்றார் தாத்தா.

ஓவியா வீட்டுக்குச் சென்று பையை வைத்துவிட்டு வந்தாள். மாடி வீட்டுக்கு அருகில் இருக்கும் அந்தக் கைப்பிடி பம்பில் தண்ணீர் எடுத்து, வாட்டர் பாட்டிலில் பிடித்துப் பார்த்தார்கள்.

ம்ஹூம்... பள்ளித் தோட்டத்தில் பிடித்த தண்ணீரை விடவும் அதிக மஞ்சளாக இருந்தது.

அப்போது அங்கு வந்த ஒருவர், "தாத்தா, என்ன தண்ணியெல்லாம் பிடிச்சுப் பார்க்கிற...? போராட்டம் பண்ணப் போறியா?" என்றார்.

"அதெல்லாம் இல்லப்பா..." என்றார் தாத்தா.

"அப்படி ஏதாச்சும் செஞ்சிடாதே... போலிஸ் எல்லாரையும் கவனிச்சிட்டே இருக்கு!" என்று மிரட்டலாகச் சொல்லிவிட்டுச் சென்றார்.

"யாரு தாத்தா அவரு?" என்றான் சாதிக்.

"அந்த எண்ணெய் கம்பெனிக்கு ஆதரவா இருக்கிறவன்... அவன் வீட்லேயும்தான் தண்ணீ மஞ்சளா வருது. அதைக் கூட யோசிக்க மாட்டேங்கிறான்" என்றார் தாத்தா.

"அவரை விடுங்க தாத்தா... நல்ல தண்ணீக்கு அடுத்தது எங்க போறது?" என்றாள் பவித்ரா.

"நிச்சயம் கிடைச்சிடும் பவித்ரா. இன்னிக்கு இருட்டிடுச்சு... எல்லாரும் வீட்டுக்கு போங்க, நாளைக்கு பார்த்துக்கலாம்" என்றார் தாத்தா.

ஓவியா வீட்டுக்கு எல்லோரும் வந்து, காபி குடித்துவிட்டு அவரவர் வீட்டுக்குச் சென்றனர்.

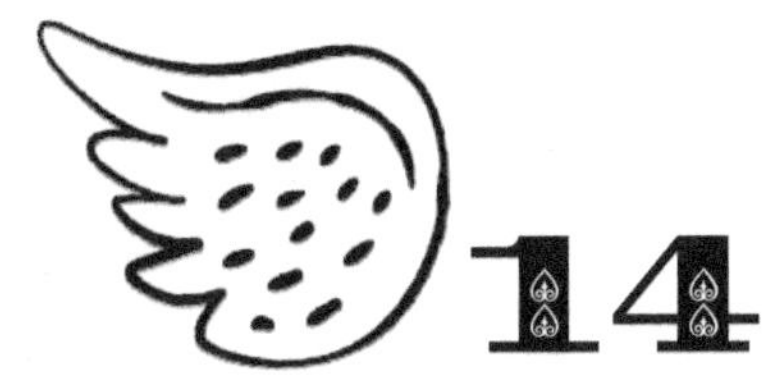

அடுத்த நாள் காலை பள்ளியில் ஓவியா டீம் கூடியது. தாத்தாவும்தான்.

"சரி தாத்தா... நல்ல தண்ணிக்கு எங்கே போகலாம்?" என்றான் சாதிக்.

"நம்ம ஸ்கூலுக்கு எதுக்கே ஒரு குளம் இருக்கு இல்ல. அதுக்கு பக்கத்துல ஒரு கைப்பிடி பம்பு இருக்கு. ஆனா, அதுக்கு ஒரு வீட்டு காம்பவுண்ட் சுவரைத் தாண்டி போகணும். அவங்க கிட்ட அனுமதி வாங்கணும்னா, காரணத்தைச் சொல்லணும். நாம சொன்னாலும் அவங்க நம்புவாங்களா?" என்றார் தாத்தா.

"நான் இருக்கேன்ல தாத்தா" என்ற ஓவியா, "பிரின்ஸி, உன் வாட்டர் பாட்டிலை எடு" என்றாள். அவள் எடுத்துக்கொடுத்ததும் அதிலுள்ள நீரை ஆளுக்கு கொஞ்சமாகக் குடித்தனர். அந்தக் காலி பாட்டிலை எடுத்துக்கொண்டு சிறகை ஒட்டிக்கொண்டு பறந்தாள் ஓவியா.

"அடிக்கடி பார்த்தாலும், ஓவியா பறக்கிறதைப் பார்க்கிறப்ப ஆச்சர்யமா இருக்குல" என்றாள் பவித்ரா.

"சரி, ஒனக்கும் ஒரு சிறகைக் கட்டி விட்டுடுவோம். நீயும் பற..." என்றான் முகிலன். அவனை அடிக்க

பவித்ரா ஓட, தாத்தா ஓவியா செல்வதையே பார்த்துக்கொண்டிருந்தார்.

ஓவியா பறந்து அந்த வீட்டுக்கு வந்துவிட்டாள். தாத்தா சொன்னபடியே அந்தக் கைப்பிடி பம்பையும் கண்டுபிடித்துவிட்டாள். அவசரமாகக் கீழே இறங்கினாள். ஆனால், அந்த வீட்டின் முற்றத்தில் அந்தப் பம்பு இருந்தது. மேலே இரும்புக் கம்பிகளால் அடைத்து வைத்திருந்தனர். அதனால், ஓவியாவால் பம்பின் அருகே இறங்க முடியவில்லை.

என்ன செய்வது என்று குழம்பிய ஓவியா, இடது கையிலிருந்து மோதிரத்தைக் கழற்றி, வலது கை மோதிர விரலில் மாட்டினாள். அப்போது திடீரென்று அவள் உருவம் காணாமல் போனது. ஏன் இப்படி ஆனது என்று தெரியவில்லை. எப்படித் திரும்பவும் உருவத்துக்கு வருவது என்றும் புரியவில்லை. ஆனால், அதையெல்லாம் நினைக்காமல், கம்பிகளின் இடுக்கில் இறங்கினாள் ஓவியா.

கைப்பிடி பம்பில் பாட்டில் நிறைய நீரைப் பிடித்துக்கொண்டாள். பம்பு அடிக்கும் சத்தம் கேட்டு வீட்டில் உள்ள ஒரு பெண்மணி பம்பு அருகே வந்தார். அதற்குள் ஓவியா மீண்டும் கம்பிகளின் இடுக்கில் புகுந்து வெளியே வந்துவிட்டாள். அந்தப் பெண்மணி 'யாரையும் காணோமே' என்று சொல்லிவிட்டு மீண்டும் வீட்டுக்குள் சென்றுவிட்டார்.

ஓவியா மோதிரத்தை மீண்டும் இடதுகைக்கு மாற்றினாள். மீண்டும் அவள் உருவம் வந்துவிட்டது. நண்பர்களுக்கு அதிர்ச்சி கொடுக்கலாம் என்று மீண்டும் வலது கைக்கு மோதிரத்தை மாற்றி உருவத்தை மறைத்துவிட்டாள். பள்ளிக்குப் பறந்து சென்று நண்பர்கள் அருகில் இறங்கினாள்.

ஓவியா இன்னும் வரவில்லையே என அவளது டீம் வானத்தையே பார்த்துக்கொண்டிருந்தது. ஓவியா மோதிரத்தை இடதுகைக்கு மாற்றியவுடன் திடீரென்று அங்கே வந்ததும், எல்லோருமே ஒரு நிமிஷம் அதிர்ச்சியாகி விட்டனர். தாத்தாவுக்குமே பெரிய அதிர்ச்சிதான்.

"எப்படி ஓவியா, ஆளே மறைஞ்சி போன?" என்றாள் பிரின்ஸி. நடந்ததை எல்லோரிடம் சொல்ல, வியப்போடு கேட்டனர்.

"தண்ணீ என்னாச்சி?" என்றார் தாத்தா.

ஓவியா பாட்டிலைக் கொடுக்கவும் அந்தத் தண்ணீரைப் பார்த்தார். மஞ்சள் நிறத்தில் ஜொலித்தது அந்தத் தண்ணீர். எல்லோருக்கும் ஏமாற்றமாகிவிட்டது.

"சரி. எல்லாரும் கிளாஸுக்கு போங்க. இன்னிக்கு சாயந்திரம் எனக்கு இன்விடேஷன் கொடுக்கும் வேலை இருக்கு. நாளைக்கு சனிக்கிழமைதானே... நாளைக்கு நல்ல தண்ணியை தேடலாம்" என்றார் தாத்தா. அன்றைக்குப் பள்ளி முடிந்ததும் அவரவர் வீட்டுக்குச் சீக்கிரமே சென்றுவிட்டனர்.

ஓவியா வீட்டுப்பாடங்களை முடித்துவிட்டு அம்மாவுடன் படுத்துக்கொண்டாள். நன்றாகத் தூங்கிக்கொண்டிருந்த ஓவியாவுக்கு ஒரு கனவு வந்தது.

ஓவியா ஒற்றைச் சிறகையும் மகாராணி கிரீடமும், செருப்பும் இலை மாலையும் மோதிரமும் அணிந்திருக்கிறாள். கையில் மேஜிக் கம்பு இருக்கிறது. அவளுக்கு எதிரே, ஒருவர் மட்டுமே நடந்து செல்ல முடிகிற ஒற்றையடிப் பாதை. அதன் இரு புறங்களில் தென்னை மரங்கள் இருக்கின்றன. அதில் ஓவியா செல்கிறாள். சிறிது தூரத்தில் அந்தப் பாதை முடிந்து, ஒரு தோட்டத்தின் வேலி இருக்கிறது. வேலிக்குள் செல்ல முயற்சி செய்கிறாள், முடியவில்லை. ஓவியா பறந்து செல்கிறாள். ஆனால், அங்கு உயரமாக வளர்ந்திருந்த தேக்கு மரங்களில் மோதிக் கீழே விழுகிறாள்.

ஓவியா எழுந்து மீண்டும் பறக்கிறாள். தேக்கு மரங்களுக்கு இடையே பறந்து தோட்டத்தின் உள்ளே சென்றுவிட்டாள். உள்ளே சின்னக் குடிசை இருக்கிறது. அதன் அருகில் கிணறு இருக்கிறது. அந்தக் கிணற்றைச் சுற்றி வட்டமடிக்கிறாள். அதன் அருகில், ஒரு கைப்பிடி பம்பு இருக்கிறது. நிறைய செம்பருத்திச் செடிகளும் அவற்றில் ஏராளமான பூக்களும் இருந்தன. அதன் அருகில் மகிழம்பூ மரம் இருந்தது. அந்தத் தோட்டம் முழுக்க மகிழம்பூ வாசம் வீசியது.

அந்தக் குடிசைக்குள் இருந்து ஒருவர் வெளியே வருகிறார்.

அப்பா வயது இருக்கும். வேட்டியும் பனியனும் அணிந்திருந்த அவர், கைப்பிடி பம்பில் தண்ணீர் அடிக்கிறார். மஞ்சள் நிறமில்லாமல் சுத்தமான தண்ணீர் வருகிறது. அந்தத் தண்ணீரைக் கையில் பிடித்து, குடிக்கிறார். மீதமிருந்த தண்ணீரை விசிறி அடிக்கிறார். அதில் சில துளிகள் மேலே பறந்துகொண்டிருந்த ஒற்றைச் சிறகு ஓவியா மீது படுகிறது. கிணற்று நீரைப் பார்க்கிறாள் ஓவியா. அதில் பாம்பு ஒன்று தலையை நீட்டுகிறது. அதைப் பார்த்ததும் 'ஆ!' என்று அலறுகிறாள் ஓவியா.

ஓவியாவின் சத்தம் கேட்டு, மேலே பார்க்கிறார் அவர். இவள் பறப்பதைப் பார்த்து எந்த ஆச்சர்யமும் இல்லாமல் பார்க்கிறார். 'கீழே இறங்கு' என்று கையால் சைகை காட்டுகிறார். ஓவியாவும் கீழே இறங்குகிறாள். அப்போது குடிசைக்குள் இருந்து ஒரு பெண்ணும் வருகிறார். ஓவியாவின் சிறகுகளைத் தடவிக்கொடுக்கிறார் அந்தப் பெண்.

"என்ன வேண்டும்?" என்று கேட்கிறார் பனியன் அணிந்தவர்.

"மஞ்சள் நிறமில்லாத சுத்தமான தண்ணீ" என்கிறாள் ஒற்றைச் சிறகு ஓவியா.

"அதற்கென்ன? எவ்வளவு வேண்டுமானாலும் பிடித்துக்கொள். அதற்கு முன், நீ களைப்பாக இருக்கிறாய்... அதனால் இளநீர் குடி" என்று தென்னை மரத்தைப் பார்க்கிறார். அதிலிருந்து ஒரு இளநீர் ஓவியாவின் தலையை நோக்கி வர...

"அம்மா..." அலறியபடியே தூக்கத்திலிருந்து எழுந்தாள் ஓவியா. இவள் சத்தம் கேட்டு அம்மாவும் எழுந்துவிட்டார். ஓவியாவுக்குத் தண்ணீர் கொடுத்து, படுக்கச் சொன்னார்.

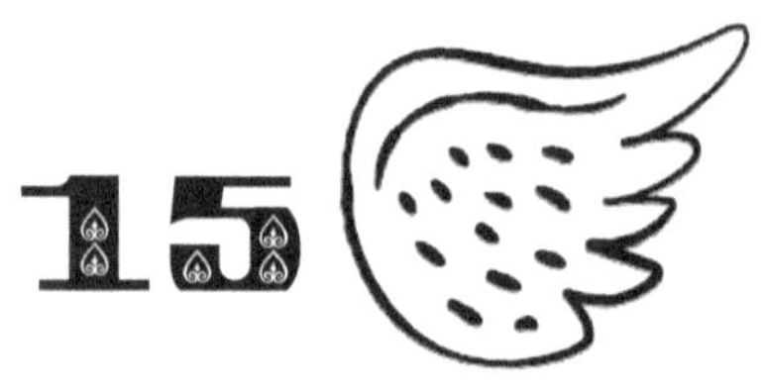

சனிக்கிழமை விடிந்ததுமே ஓவியா வீட்டில் கூடியது டீம். பவித்ரா மட்டும் இன்னும் வரவில்லை. அவர்களுக்கு மோர் கொடுத்தார் ஓவியாவின் அம்மா.

"ஓவியா... ஓவியா..." என்று பவித்ராவின் குரல் கேட்டதும் வாசலுக்கு வந்தாள் ஓவியா. அங்கே, வாசலில் படுத்திருக்கும் ஓவியா வளர்க்கும் நாய்க்குட்டிக்குப் பயந்துகொண்டு கேட்டைப் பிடித்துக்கொண்டு நின்றாள் பவித்ரா.

"பவி... பயப்படாம வா! அது ஒண்ணும் பண்ணாது" என்றதும் தயங்கிக்கொண்டே உள்ளே வந்தாள்.

"தாத்தா, நாம இப்போ எப்படி சுத்தமான தண்ணியைத் தேடிப் போகப்போறோம்?" என்றான் சாதிக்.

"நாம ரெண்டு ரெண்டு பேரா பிரிஞ்சு ஊர்ல இருக்கிற எல்லா கைப்பம்புகளையும் செக் பண்ணி பார்த்துடுவோம். இப்போதைக்கு நமக்கு இருக்கிற ஒரே வழி அதுதான்" என்றார் தாத்தா.

எல்லோரும் சம்மதிக்க, சாதிக், பவித்ரா ஒரு குழுவாகவும், முகிலன், பிரின்ஸி ஒரு குழுவாகவும், ஓவியாவும் தாத்தாவும் ஒரு குழுவாகவும் பிரிந்தனர்.

"ஒரு கைப்பம்பையும் விட்டுடாதீங்க... மத்தியானம், நம்ம ஸ்கூல் மைதானத்துல இருக்கிற புங்கன் மரத்துக்குக் கீழே சந்திப்போம்" என்று சொல்லிவிட்டு தாத்தாவும் ஓவியாவும் சென்றனர்.

மதியம்.

எல்லோரும் மைதானத்திற்கு வந்துசேர்ந்தனர். ஆறு பொட்டலங்களில் தயிர்ச்சாதம் வாங்கி வந்திருந்தார் தாத்தா. ஆளுக்கு ஒரு பொட்டலத்தை எடுத்துச் சாப்பிட்டனர். எல்லோர் முகங்களிலும் ஏமாற்றம் தெரிந்தது. அருகில் இருந்த மரத்தின் நிழலில் கண்ணம்மா பாட்டி படுத்திருந்தார். தூரத்தில் அவரது மாடுகள் மேய்ந்துகொண்டிருந்தன.

"ஏன்டா, ஒரு பம்புல கூட சுத்தமான தண்ணியே வரல?" என்று முகிலனைப் பார்த்துக் கேட்டான் சாதிக். 'எனக்குத் தெரியாது' என்பதுபோல உதட்டைப் பிதுக்கினான் முகிலன்.

"சாதிக், நாங்க ஒரு வீட்டுக்குப் போயிருந்தோம். அங்கே பூங்கொடின்னு ஒரு அக்கா, காலேஜ்ல படிக்கிறாங்க. அவங்க வீட்டு பம்புலேயும் மஞ்சள் கலராத்தான் தண்ணீ வந்துச்சு. அவங்க கிட்ட நீ கேட்ட கேள்வியை நானும் கேட்டேன்" என்றாள் ஓவியா.

"அதுக்கு என்ன சொன்னாங்க?" ஊறுகாயைத் தொட்டு நாக்கில் வைத்துக்கொண்டே கேட்டான் சாதிக்.

"நம்ம ஊர் எல்லையில எண்ணெய் எடுக்கிற கம்பெனி இருக்கு இல்ல. அது தேவைக்காக தண்ணீரை அதிகளவு எடுப்பதனாலும், குழாய்ல கசியற எண்ணெய் குடிநீர் மட்டத்தில கலந்திடுவதாலயும்தான் நம்ம ஊருக்கு சுத்தமான தண்ணியே வரலையாம். அவங்க வீட்டுல பிடிச்ச தண்ணிய பார்த்துதான் ஷாக்காயிட்டோம்" என்றாள் ஓவியா.

"ஷாக்காவற அளவுக்கு என்ன இருந்துச்சு?" என்று கேட்டாள் பவித்ரா.

"ஒரு அன்னக்கூடையை வெச்சி, தண்ணீ அடிச்சோம். அப்படியே எண்ணெய் மிதக்கற மாதிரியே இருந்துச்சு அந்தத் தண்ணி. எண்ணெய் நாத்தமும் அடிச்சுது!" என்று கண்களை அகலமாக விரித்துச் சொன்னாள் ஓவியா.

"நம்ம ஊரை இவ்வளவு கஷ்டப்பட வெச்சி, அப்படி எண்ணெய் எடுத்துதான் ஆகணுமா தாத்தா?" என்றான் முகிலன்.

"இப்பதானே இந்தக் கேள்வி உங்கிட்டயிருந்து வந்திருக்கு. இதுக்கான பதிலை நீயே தேடிக் கண்டுபிடி" என்றார் தாத்தா.

"வேற என்னமோ பேசறீங்க... மணியோட பச்சை நாக்கின் ரெண்டாவது பகுதியைக் கண்டுபிடிக்கிறதுக்கு வழியைச் சொல்லுங்க" என்றாள் பிரின்ஸி.

அப்போதுதான், ஓவியா முந்தைய நாள் கண்ட கனவைச் சொன்னாள். எல்லோரும் கவனமாக அதைக் கேட்டார்கள்.

"ஓவியா, மகிழம்பூ மரம் இருந்துச்சா?" என்று கேட்டார் தாத்தா.

"ஆமா, தாத்தா... நல்ல வாசனை" என்றாள் ஓவியா.

"அப்படின்னா, அது சேதுபதி தோட்டமாத்தான் இருக்கும். அது ஆற்றைத் தாண்டி இருந்தாலும், நம்ம ஊர் எல்லைக்குள்தான் வருது. ஆனா, ஆற்றைத் தாண்டிப் போகணும் ஓவியா. அதுக்கு பாலம் இல்ல. தென்கரை பாலம் வழியா சுத்திட்டுப் போனா, ஏழெட்டு கிலோமீட்டர் நடக்கணும்" என்று சோர்வாகச் சொன்னார் தாத்தா.

"அதுக்கென்ன தாத்தா, வழக்கம்போல நான் பறந்துபோய் தண்ணீ பிடிச்சிட்டு வந்துடவா?" என்றாள்.

"இல்ல, அந்தத் தோட்டம் ரொம்ப அழகா இருக்கும். நாம எல்லோருமே போனால் நல்லா இருக்கும்" என்றார் தாத்தா.

"சரி, வாங்க தாத்தா, முதல்ல ஆற்றுகிட்ட போயிடலாம். அப்பறம் ஏதாவது ஐடியா கிடைக்கும்" என்றாள் ஓவியா.

'ஏவ்வவ்வவ்' என ஏப்பமிட்டான் முகிலன். எல்லோரும் அவனைப் பார்த்துச் சிரித்தார்கள். உடனே, இன்னும் சத்தமாக, 'ஏஏஏவ்வவ்வவ்வவ்வவ்' என்று போலியாக ஏப்பம் விட்டான். அவனைக் கிண்டல் செய்துகொண்டே எல்லோரும் ஆற்றின் கரைக்கு வந்தார்கள்.

"தாத்தா, என் கனவில் பாதை வழியாத்தானே போற மாதிரி இருந்துச்சு?" என்று சந்தேகமாய்க் கேட்டாள் ஓவியா.

"நாம ஏழெட்டு கிலோமீட்டர் சுத்தி வந்தா, அந்தப் பாதை வழியா போகமுடியும்" என்று தாத்தா சொன்னதும், சரி என்பதுபோல தலையாட்டினாள் ஓவியா.

"தாத்தா, அதோ மூங்கில் பாலம் இருக்கு தாத்தா" என்றான் முகிலன். அந்தப் பாலம் பாதியில் உடைந்திருந்தது.

ஓவியா ஒற்றைச் சிறகு ஓவியா ஆவதற்கு எல்லாவற்றையும் அணிந்துகொண்டாள். பாலம் உடைந்திருக்கும் இடம் வந்ததும், ஒவ்வொருவராகத் தூக்கிக்கொண்டு பறந்தாள் ஒற்றைச் சிறகு ஓவியா.

"ஜாலியா இருக்கு" என்றாள் பவித்ரா.

"ராட்டினத்துல மேல இருக்கிற மாதிரி இருக்கு" என்றாள் பிரின்ஸி.

"வயித்தைக் கலக்குது" என்றான் சாதிக்.

"அய்யோ... பயமா இருக்கு" என்று கத்தினான் முகிலன்.

இவர்களைக் கொண்டு விடுவதற்குள், தன் மொபைல் போனை சாதிக் பையில் வைத்துவிட்டு, ஆற்று நீரில் குதித்து நீந்தி வந்துவிட்டார் தாத்தா.

"ஹோய்ய்ய்ய்ய்ய்ய்... இன்னிக்கு நாம எல்லோரும் பறந்துட்டோம்" என்று ஆட்டம் போட்டார்கள். தாத்தா தோட்டத்தின் வேலியில் இருந்த உள்ளே செல்வதற்கான படலைத் திறந்தார். எல்லோரும் உள்ளே சென்றார்கள்.

தாத்தா சொன்னது உண்மைதான். ஓவியா கனவில் வந்ததைப் போலவே இருந்தது தோட்டம். பாம்பு வந்துவிடுமோ என்று பயம் வந்தது ஓவியாவுக்கு. வேட்டியும் பனியனும் அணிந்தவர் வந்தார். எல்லோரையும் வரவேற்று, குடிப்பதற்குக் கூழ் கொடுத்தார். கைப் பம்பு இருக்கும் இடத்தைக் காட்டினார்.

சாதிக் அடிக்க, பவித்ரா ஒரு சொம்பில் பிடித்துக்கொண்டாள். சுத்தமான தண்ணீராக அது இருந்தது.

ஓவியா, தன் பையிலிருந்து வளையல்களை எடுத்தாள். அதை சொம்பு நீரில் கழுவினாள். மண்ணில் தண்ணீர் சென்று ஒரு

வரைபடம் உருவானது. தாத்தா வழக்கம்போல அதைத் தன் மொபைலில் போட்டோ எடுத்துக்கொண்டார்.

"முன்னாடியெல்லாம் ஊர்க்குள்ளே கைப்பம்பு தண்ணீரைத்தான் குடிக்க, சமையல் செய்ய பயன்படுத்தினாங்க. இப்ப எண்ணெய் கலந்து மஞ்சள் கலர் தண்ணியை வெச்சி ஒண்ணும் செய்ய முடியல. இன்னும் கொஞ்ச நாள்ல இந்தப் பம்பும் அப்படி ஆயிடும் போலிருக்கு. நீங்களாவது தண்ணீரைக் காப்பாத்தப் பாருங்க புள்ளைகளா" என்று கவலையோடு சொன்னார் சேதுபதி. ஓவியா டீமும் சரி என்று தலையாட்டினார்கள்.

தோட்டத்துக்குச் சொந்தக்காரரான சேதுபதிக்கு நன்றி சொல்லிவிட்டு, பள்ளியின் கலையரங்கத்துக்கு வந்தார்கள்.

ரொம்ப சின்ன வரைபடமாக இருந்தது. மொபைலைக் கையில் வாங்கிக்கொண்டு பறந்தாள் ஒற்றைச் சிறகு ஓவியா! சிறிது நேரத்திலேயே திரும்பி வந்துவிட்டாள் ஓவியா.

"என்னாச்சு ஓவியா, கிடைக்கலையா?" என்றார் தாத்தா.

"இல்ல தாத்தா, ஸ்கூல் பெல்லின் பச்சை கலர் நாக்கின் ரெண்டாவது பகுதியை எங்கே ஒளிச்சு வெச்சிருந்தாங்க தெரியுமா?" என்றதும் "எங்கே?" என ஆவலோடு கேட்டனர்.

"நம்ம ஸ்கூல் பெயர் பலகைக்குப் பின்னாடிதான் வெச்சிருந்தாங்க! அதான் சீக்கிரமே எடுத்துட்டு வந்துட்டேன்" என்று சொல்லி, அதைக் கொடுத்தாள்.

"தாத்தா, டூப்ளிகேட் பகுதியை அங்கே வைக்க மறந்துட்டேன். நான் போய் பெயர் பலகைக்குப் பின்னாடி டூப்ளிகேட் பகுதியை வெச்சிட்டு வாரேன். அதுக்குள்ள, உங்க மேஜிக் பாக்ஸ்ல, ஒரிஜனல் பகுதியை வெச்சிடுங்க" என்று சொல்லிவிட்டுப் பறந்தாள் ஒற்றைச் சிறகு ஓவியா.

16

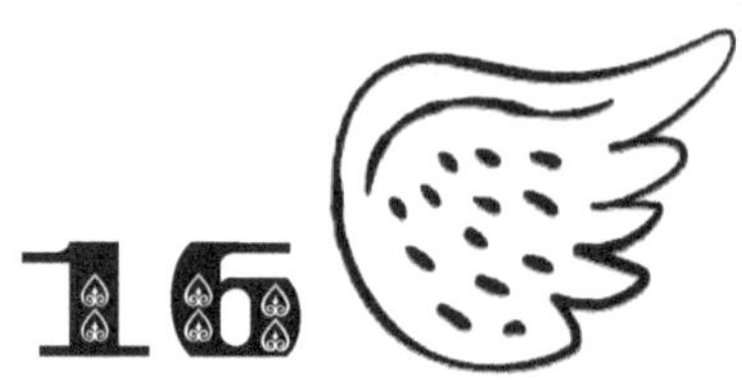

மூன்றாவது குறிப்பு: சுதீப்பின் கனவில், 'ஒர் ஓவியம் இருந்தது.' அதை அப்படியே வரைந்தாள் ஓவியா. சின்னக் குறிப்பும் இருந்தது. அந்த 'ஓவியத்தில் உள்ளவர் இந்த ஊர்க்காரர்தான். அவர் வீட்டின் கதவில்தான் பச்சை நாக்கின் மூன்றாவது பகுதி இருக்கிறது.'

"அப்பாடா... சுத்தமான தண்ணியைத் தேடி, ரெண்டாவது பகுதியக் கண்டுபிடிக்க ரொம்ப கஷ்டப்பட்டாச்சு தாத்தா" என்றான் சாதிக். அடுத்த நாள் ஞாயிற்றுக்கிழமை. பள்ளியின் கலையரங்கத்தில் காலை நேரத்திலேயே கூடிவிட்டது ஓவியா டீம்.

"ஓவியா, அடுத்த வேட்டையை ஆரம்பிக்கலாமா?" என்றாள் பவித்ரா.

"நான் ரெடி" என்றாள் ஓவியா.

"ஓவியா நீ சின்ன பேப்பர்ல வரைஞ்சதை பெரிசா வரையலாம். அப்பதான் தேடறதுக்கு ஈஸியா இருக்கும்" என்றான் முகிலன்.

"ஹேய்... ஓவியா வரைஞ்சவங்க இந்த ஊர்லதான் இருக்காங்க. அவங்கள கண்டுபிடிக்கிறது ஒண்ணும் கஷ்டமே இல்ல" என்று சொன்ன பிரின்ஸி, ஓவியாவிடமிருந்து அந்த ஓவியத்தை வாங்கிப் பார்த்தாள். உற்றுப்பார்த்தும் அந்த ஓவியத்தில் இருப்பது யார் என்று கண்டுபிடிக்க முடியவில்லை.

"என்ன ஓவியா, இந்த முகம் ரொம்ப கோரமா இருக்கு?" என்று கேட்டாள் பிரின்ஸி.

"விகேஷின் ஃப்ரெண்ட் சுதிப் கனவுல இப்படித்தான் இருந்துச்சு பிரின்ஸி" என்றாள் ஓவியா. தாத்தாவும் அந்த ஓவியத்தை வாங்கிப் பார்த்தார். அவராலும் யார் என்று கண்டுபிடிக்க முடியவில்லை. இறுதியாக, முகிலன் சொன்ன யோசனையின்படி, அந்த உருவத்தை பெரிய பேப்பரில் வரைந்தாள் ஓவியா.

அந்த ஓவியத்தில்...

- அவர் ஒரு பெண். நாற்பதுக்கும் அதிகமான வயது இருக்கும். சிவப்பு நிறத்தில் புடவை கட்டியிருந்தார். முகத்திலும் வலது தோள்பட்டையிலும் காயம்பட்டதைப்போல சிதைந்திருந்தது. அதிலும் முகத்திலும் கன்னங்களிலும் தீ பட்டு வெந்ததுபோல இருந்தது. கழுத்தில் தாலிக் கயிறு மட்டும் இருந்தது. வேறு நகைகள் ஏதும் இல்லை. -

சாதிக் நன்றாக வரைவான். அதனால், அந்த ஓவியத்திற்கு வண்ணம் தீட்டினான். பிரின்ஸி அவனுக்கு உதவினாள். வண்ணம் தீட்டிய ஓவியத்தில் உள்ள முகத்தை எங்கோ பார்த்ததுபோல இருந்தது தாத்தாவுக்கு. ஆனால், யார் என்று முழுதாக நினைவுக்கு வரவில்லை. தாத்தா, அந்த ஓவியத்தைத் தன் மொபைலில் போட்டோ எடுத்துக்கொண்டார். பிறகு, பள்ளியின் எதிரே இருக்கும் ஜெராக்ஸ் கடைக்குச் சென்று, அந்த ஓவியத்தை, ஐந்து ஜெராக்ஸ் எடுத்தார்கள். ஆளுக்கு ஒன்று வைத்துக்கொண்டார்கள். ஊரில் யாரைப் பார்த்தாலும், இந்த ஓவியத்தைக் காட்டி, 'இவரைத் தெரியுமா?' எனக் கேட்பதுதான் ஓவியா டீமின் திட்டம். அதன்படி, முதல் நபராக, ஜெராக்ஸ் கடைக்காரரிடமே கேட்டாள் பிரின்ஸி. அவர் ஓவியத்தை நன்கு உற்றுப்பார்த்துவிட்டு, 'தெரியலையே' என்றார்.

"யாரும் நம்பிக்கை இழக்காதீங்க... ஊருக்குள் நிறைய பேரிடம் கேட்டால் தெரிந்துவிடும்" என்று தாத்தா நம்பிக்கை அளித்தார்.

"ஓகே தாத்தா" என்று ஐந்து பேரும் ஒரே நேரத்தில் கத்த, ஜெராக்ஸ் கடைக்காரர் ஸ்டீபன் முதலில் பயந்துவிட்டு, பின் சிரித்தார்.

"என்ன தாத்தா, நீங்களும் இந்தக் குட்டிப் பசங்களோட சேர்ந்திட்டீங்களா?" என்றார் ஸ்டிபன்.

"ஆமா, ஸ்டிபன். இந்த வருஷம் ஆண்டு விழா சூப்பரான விழாவா மாறப்போகுது பாரு" என்று சொல்லிவிட்டு, கடையை விட்டு வெளியே வந்தார். அவரைத் தொடர்ந்து மற்றவர்களும் வந்தனர்.

முதலில் பேருந்து நிறுத்தம் அருகே சென்றார்கள். அங்கே இருந்தவர்களிடம் கேட்டனர். பின், அஞ்சல் நிலையம் ஒட்டி இருந்த வீடுகளில் கேட்டார்கள். யாருக்கும் தெரியவில்லை.

"அதோ லைப்ரரி இருக்கு. அங்க நிறைய பேர் வருவாங்க. அங்கேயே போய் கேட்கலாம்" என்று பவித்ரா சொன்னதும், எல்லோரும் நூலகம் நோக்கி நடந்தார்கள். நூலக வாசலில் ஆங்கில ஆசிரியர் விஜயலட்சுமி நின்றுகொண்டிருந்தார். இவர்களைப் பார்த்ததும்,

"கதிரேசன் தாத்தா, இவங்களோட சுத்திட்டு இருக்கீங்க... என்ன விஷயம்?" என்று விசாரித்தார். அவரிடம், ஓவியத்தைக் காட்டி, "இவரைத் தெரியுமா மிஸ்?" என்று கேட்டான் முகிலன். அவர் பார்த்துவிட்டு, "தெரியலையே முகிலன்" என்றார்.

"ஊரைச் சுத்தாம, சீக்கிரம் வீட்டுக்குப் போங்க" என்று சொல்லிவிட்டுச் சென்றார் ஆசிரியர் விஜயலட்சுமி. நூலகத்திலிருந்து 100 மீட்டர் தொலைவில்தான் இருக்கிறது காவல் நிலையம். ஓவியா டீம் நூலகத்தில் விசாரித்துவிட்டு வெளியே வந்தனர். அப்போது கணேசன், காவல் நிலையத்திலிருந்து வெளியே வந்தார். அவர் அந்த எண்ணெய் எடுக்கும் கம்பெனியில் வேலை செய்பவர். அதிகாரம் செய்யும் வேலை இல்லை. பியூன் வேலை. தாத்தாவைப் பார்த்ததும் அருகில் வந்தார் கணேசன்.

"எப்படி இருக்கீங்க?" என்று தாத்தாவை நலம் விசாரித்தார் கணேசன். அப்போது பிரின்ஸி, தன் கையிலிருந்த அந்த ஓவியத்தை அவரிடம் கொடுத்து, "இவங்களை உங்களுக்குத் தெரியுமா அங்கிள்?" என்று கேட்டாள்.

அந்த ஓவியத்தை வாங்கிப் பார்த்த கணேசனின் முகத்தில் அவர் அதிர்ச்சி அடைந்தது நன்றாகத் தெரிந்தது. உடனே, ஓவியா அவரின் கண்களை உற்றுப்பார்த்தாள். அதில், மருத்துவமனையில் ஒரு பெண் வலியோடு கத்துவது தெரிந்தது. கணேசனின் முகம் கோபத்தில் துடித்தது. சட்டென்று ஓவியத்தை பிரின்ஸியிடம் கொடுத்துவிட்டு, 'எனக்குத் தெரியாது' என்று சொல்லிவிட்டு வேக வேகமாக நடந்தார்.

"தாத்தா, இவர் கண்களில் ஏதோ தெரிஞ்சுது. முழுசா பார்க்கிறதுக்குள்ள போய்ட்டார். இவர் எதையோ மறைக்கிறார் தாத்தா... நாம தேடிட்டு இருக்கிறவங்களை இவருக்குத்

தெரியும்னு நினைக்கிறேன்" என்று படபடப்போடு சொன்னாள் ஓவியா.

அப்போது, தாத்தாவின் மொபைலுக்கு ஓர் அழைப்பு வந்தது. யார் என்று மொபைலை எடுத்து, திரையைப் பார்த்த தாத்தா ஓவியாவிடம், "கணேசன்தான் கால் பண்ணியிருக்கான்" என்றார்.

"எடுத்து பேசுங்க தாத்தா" என்று அவசரப்படுத்தினாள் ஓவியா. சரி என்று தலையாட்டிவிட்டு, பச்சைப் பொத்தானை அழுத்தி, பேசினார் தாத்தா.

"ஹலோ..." என்று ஆரம்பித்து சில நிமிடங்கள் பேசி முடித்து, சிவப்பு நிறப் பொத்தானை அழுத்தினார் தாத்தா. "என்னாச்சு தாத்தா?" என்று ஆவலோடு கேட்டாள் ஓவியா.

"நீ சந்தேகப்பட்டது சரிதான் ஓவியா. நாம தேடுறதை உடனே நிறுத்தணுமாம். இதெல்லாம் பெரிய இடத்து விஷயமாம். அவங்களுக்கு நாம தேடுறது தெரிஞ்சா பெரிய பிரச்னையாயிடும்னு மிரட்டுறான்" என்றார் தாத்தா. எல்லோருக்கும் குழப்பமாக இருந்தது.

"தாத்தா, அவரை நேரில் மீண்டும் பார்த்தால், அவரின் கண்களைப் பார்த்து கண்டுபிடிச்சுடுவேன். மறுபடியும் அவரைப் பார்க்கப் போலாமா?" என்றாள் ஓவியா.

"அவன் எங்கே இருப்பான்னு தெரியலையே..." என்றார் தாத்தா.

"எனக்கு ஒரு ஐடியா!" என்றான் சாதிக்.

"டேய்... எதுவாயிருந்தாலும் சீக்கிரம் சொல்லுடா" என்று அவன் காதைப் பிடித்து இழுத்தாள் பவித்ரா.

"ஆ...!" என்று கத்திக்கொண்டே, "ஓவியா, உன் மோதிரத்தை கை மாத்திப் போட்டால் யார் கண்ணுக்கும் தெரிய மாட்டேல்ல... சிறகை எடுத்து ஒட்டிக்கோ, மோதிரத்தை கை மாத்திக்கோ... கணேசனை ஃபாலோ பண்ணு" என்றான்.

"ஆஹா... சூப்பரான ஐடியாடா... எனக்கே இது மறந்துபோயிடுச்சு" என்ற ஓவியா, ஒற்றைச் சிறகு ஓவியாவாக மாறினாள்.

மேலே பறந்தபோது, ஆற்றின் ஓரமாக இருந்த தென்னந்தோப்பில் கணேசன் சென்றுகொண்டிருப்பது தெரிந்தது.

உடனே, ஓவியா மோதிரத்தை இடதுகையிலிருந்து வலதுகைக்கு மாற்றி, உருவத்தை மறைத்துக்கொண்டாள். கணேசன், கீழே குனிந்தபடி மொபைலைப் பார்த்துக்கொண்டே சென்றார். அதனால், அவர் கண்களை ஓவியாவால் பார்க்க முடியவில்லை. சரி, அதற்கான வாய்ப்பு வரட்டும் என அவர் தலைக்கு மேலேயே பறந்து சென்றுகொண்டிருந்தாள் ஓவியா.

கணேசன், சுற்றுமுற்றும் பார்த்துவிட்டு, மேற்குத் தெருவுக்குள் சென்றார். முருகன் கோயிலிலிருந்து ஐந்து வீடுகள் தள்ளியிருக்கும் ஒரு கூரை வீட்டின் வாசலில் நின்றபடி, யாரையோ கூப்பிட்டார். வீட்டுக்குள் இருந்து சற்று வயதான பெண்மணி ஒருவர் வெளியே வந்தார். அவரிடம் கணேசன் கோபமாகப் பேசினார். அவரும் பதிலுக்குக் கோபமாகப் பேசியதும், கணேசன் சிரித்துக்கொண்டே ரகசியம் பேசுவதுபோல பேசினான். அதற்கு அந்தப் பெண்மணி 'சரி' என்பதுபோல தலையாட்டினார். பின், போய்விட்டார். ரொம்பவும் அருகில் செல்லமுடியாததால், அவர்கள் பேசிக்கொண்டிருந்தது ஓவியாவுக்குக் கேட்கவில்லை.

ஓவியா பறந்து நூலகம் அருகில் நிற்கும் நண்பர்களிடம் வந்தாள். மோதிரத்தை மீண்டும் இடதுகைக்கு மாற்றியதும் அவள் உருவம் எல்லோருக்கும் தெரிந்தது. அவள் தான் பார்த்ததை நண்பர்களிடம் சொன்னாள். ஓவியா சொன்ன வீட்டின் அடையாளத்தை வைத்து, அது பார்வதி வீடு என்று கண்டுபிடித்தார் தாத்தா.

"தாத்தா, நாம உடனே அவங்க வீட்டுக்குப் போய் பார்க்கலாமா தாத்தா?" என்றாள் பிரின்ஸி.

"ஒருவேளை நாம யாரைத் தேடுறோம்னு அவங்களுக்குத் தெரிஞ்சிருக்குமோ?" என்றான் முகிலன்.

ஓவியாவுக்கு ரொம்ப குழப்பமாக இருந்தது. இப்போது கணேசனை விசாரிப்பதா இல்லை அந்தப் பார்வதி அம்மாவை விசாரிப்பதா என்று யோசித்துக்கொண்டிருந்தாள்.

"பார்வதியை எனக்கு நல்லா தெரியும்... அதனால நாம அவங்களையே போய் பார்ப்போம். ஆனா, நீங்க வீட்டுக்குப் போய் சாப்பிட்டு, சாயந்திரம் வாங்க போகலாம்" என்றார். ஓவியா டீமுக்கு உடனே போக வேண்டும் என்று ஆசை. ஆனால், தாத்தா சாப்பாடு என்று சொன்னதும் பசிக்க ஆரம்பித்துவிட்டது. அதனால், அவரவர் வீட்டுக்குச் சென்றார்கள்.

மாலையில் நூலகம் அருகில் ஓவியா டீம் ஒன்று சேர்ந்தது. அங்கிருந்து பார்வதி வீட்டுக்குச் சென்றனர். செல்லும் வழியில் கணேசன் தங்களைப் பார்த்துவிடுவாரோ என்ற பயம் இருந்தது பிரின்ஸிக்கு. ஏனென்றால், கணேசனைப் பார்த்தவுடனே அவளுக்குப் பிடிக்கவில்லை. சின்ன தவறு செய்தாலும் தலையில் கொட்டும் கோபால் பெரியப்பா போலவே இருந்தார். "பார்வதியிடம் நான் மட்டுமே பேசுவேன். வேறு யாரும் பேசக்கூடாது" என்று தாத்தா முன்கூட்டியே எச்சரித்திருந்தார். முருகன் கோயிலைக் கடந்துவிட்டார்கள். இன்னும் ஐந்து வீடுகள்தான் பார்வதியின் வீட்டுக்குச் செல்வதற்கு.

"பார்வதி... பார்வதி..." வாசலில் நின்று தாத்தா கூப்பிட்டார். எந்தப் பதிலும் இல்லை. திரும்பிப் போய்விடலாமா என்று யோசித்துக்கொண்டிருக்கும்போது, உள்ளிருந்து பார்வதி அம்மாள் வெளியே வந்தார்.

"என்ன வேணும்?" என்றார் தாத்தாவிடம். திடீரென்று இத்தனை பேர் வந்திருப்பதைப் பார்த்து, பார்வதிக்கு எந்த அதிர்ச்சியும் இல்லை. இவர்கள் வரலாம் என்று கணேசன் ஏற்கெனவே சொல்லியிருந்தார். அவர்கள் என்ன கேட்டாலும்

தெரியாது என்றுதான் சொல்ல வேண்டும் என்றும் கண்டிப்போடு சொல்லியிருந்தார்.

முகிலன் தன்னிடம் இருந்த ஓவியத்தை எடுத்து, பார்வதியிடம் காட்டினான். அதைப் பார்த்ததும் ஒருசில நொடி அவரின் முகம் அதிர்ச்சியானது. பிறகு, சாதாரணமாக முகத்தை வைத்துக்கொண்டார்.

"அம்மா, இது யாருன்னு உங்களுக்குத் தெரியுமா?" என்றான் முகிலன். ஓவியத்தில் இருப்பது யார் என்று தெரிந்துகொள்ளும் ஆர்வத்தை அவனால் அடக்க முடியவில்லை. அதனால்தான் தாத்தா எச்சரித்தும் கேட்டுவிட்டான்.

"யார்ன்னு தெரியலையே?" என்று சொல்லிக்கொண்டே அந்த ஓவியத்தை வாங்கி, நன்றாக உற்றுப்பார்த்தார் பார்வதி. அப்போது அவரின் கண்களைப் பார்த்து, அவரின் நினைவுகளுக்குள் உள்ளே சென்றாள் ஓவியா. ஒரே நிமிடத்தில் ஓவியாவுக்கு அந்த உண்மை தெரிந்துவிட்டது. தாத்தாவின் காதில் மெதுவாகச் சொன்னாள். அதைக் கேட்டதும் அவர் ஆச்சர்யப்பட்டார்.

தாத்தாவின் பின் நின்றுகொண்டிருந்த ஓவியா, இப்போது முன்னாடி வந்து நின்றாள். பார்வதியின் முகத்தை நேருக்கு நேராகப் பார்த்து, "அம்மா, இது நீங்கதானே?" என்று ஓவியத்தைக் காட்டிக் கேட்டாள் ஓவியா.

ஓவியா இப்படிக் கேட்டதும் அதிர்ச்சியாகிவிட்டார் பார்வதி. "இது நான் இல்ல" என்று மெதுவாகச் சொன்னார். ஓவியா அவருக்கு இன்னும் அருகில் சென்று, கண்களை மூடிக்கொண்டு,

"அம்மா, நீங்க ஆஸ்பத்திரியில படுத்திருக்கீங்க. முகம், உடம்பு எல்லாம் தீக்காயம். உங்க பக்கத்துல லுங்கி கட்டிட்டு ஒருத்தர் நிற்கிறாரு. டாக்டர் வந்து, ரொம்ப செலவாகும்னு சொல்றார்..." என்று சொல்ல சொல்ல, பார்வதி அழ ஆரம்பித்துவிட்டார்.

"ஆமா கண்ணு... இது நான்தான்... அந்த கணேசன் உங்ககிட்ட சொல்லக்கூடாதுன்னு சொன்னாரு... அதான் மறைச்சேன். ஆனா, நீ நான் ஆஸ்பத்திரியில கிடந்ததெல்லாம்

சொல் நீயே கண்ணு..." என்று ஓவியாவைக் கட்டிப்பிடித்துக்கொண்டார். அவர் சிறிதுநேரம் அழுதால்தான் எல்லாவற்றையும் சொல்வார் என்பதால் தாத்தா ஏதும் பேசாமல் காத்திருந்தார்.

சிறிது நேரம் கழித்து, திண்ணையில் உட்கார்ந்துகொண்டு, ஓவியா ஈமை உட்காரச் சொன்னார் பார்வதி.

"கண்ணு... அஞ்சு, ஆறு வருஷம் இருக்கும். எங்க வீட்ல கக்கூஸ் எல்லாம் கிடையாது. அதனால, அன்னிக்கு ராத்திரி வயல் பக்கம் ஒதுங்கினேன். கையில் அரிக்கேன் லைட்..." என்று சொல்லிக்கொண்டிருக்கும்போதே, "அரிக்கேன் லைட்ன்னா..." என்று சந்தேகம் எழுப்பினான் சாதிக்.

"அதோ தொங்குது பாரு அதுதான்" என்று கூரையில் மாட்டியிருப்பதைக் காட்டுகிறார் பார்வதி.

"அடுத்து என்னாச்சு?" என்றாள் ஓவியா.

"அரிக்கேன் லைட்டை ஓரமாய் வெச்சேன் பாரு... குழாய்லேருந்து எண்ணெய் கசிஞ்சிருக்கும் போல. அப்படியே குப்புனு பத்திகிடுச்சு. காலு, கை, முகம் எல்லாம் தீப்பிடுச்சிடுச்சு. அக்கம் பக்கம் இருந்தவங்க ஓடிவந்து, ஆஸ்பத்திரியில சேர்த்தாங்க. நீ சொன்ன மாதிரிதான் டாக்டரு ரொம்ப செலவு ஆகும்னு சொன்னாரு..." என்று சொல்லிவிட்டு, மூக்கைச் சிந்திவிட்டு, கையைப் புடவையில் துடைத்துக்கொண்டார்.

"அப்பறம், எண்ணெய் கம்பெனிக்காரங்களை இந்த கணேசன்தான் கூட்டிட்டு வந்தாரு. ஆஸ்பத்திரி செலவுக்குக் காசு கொடுத்தாங்க... அவ்வளவுதான். அதுக்கப்பறம் என்னால சரியா வேலை செய்ய முடியல. தீப்பிடிக்கிறதுக்கு முன்னாடி, நாத்து நட, களை எடுக்கன்னு வேலைக்குப் போவேன். இப்பெல்லாம் ஆடு மாடுகூட மேய்க்க முடியல. என்னத்தை சொல்றது... இதுக்கு அப்பவே நான் செத்துப்போயிருக்கலாம். கணேசன் மட்டுமில்ல, அந்த எண்ணெய் கம்பெனிக்காரங்க வந்து எந்தப் பத்திரிகைக்காரங்க கூடவும் பேசக்கூடாதுன்னு அடிக்கடி மிரட்டுவாங்க" என்று சொல்லிவிட்டு அழுதார் பார்வதி.

ஓவியா எழுந்து சென்று, அவர் வீட்டின் கதவைப் பார்த்தாள். எங்கு மறைத்து வைத்திருப்பான் என்று தேடினாள். எங்குமே காணவில்லை. பின்பக்கக் கதவில் இருக்குமோ என்று அவள் யோசித்தபோது, வீட்டு எண் எழுதி, ஒரு பிளேட்டை ஒட்டியிருந்தார்கள். அதன் பின் பச்சையாய் ஏதோ தெரிந்தது. ஓ! இங்கிருக்கிறதா என்று சொல்லிக்கொண்டாள்.

"நான் உங்ககிட்ட பேசினதா, அந்த கணேசன் கிட்ட சொல்லிடாதீங்க... குடிக்க தண்ணீ வேணுமா?" என்று கேட்டார் பார்வதி. 'கொடுங்க' என்று ஓவியா சொன்னதும் பார்வதி வீட்டின் உள்ளே சென்றார். உடனே, வீட்டு எண் எழுதியிருக்கும் பிளேட்டின் பின் இருந்த மணியின் பச்சை நாக்கின் மூன்றாவது பகுதியை எடுத்தாள் ஓவியா. அதைப் பையில் வைத்துக்கொண்டவள், அதன் டுப்ளிகேட் பகுதியை எடுத்து மறக்காமல் பிளேட்டின் பின்பக்கம் வைத்தாள்.

பார்வதி எல்லோருக்கும் தண்ணீர் கொண்டுவந்து கொடுக்க, குடித்துவிட்டுக் கிளம்பினார்கள். சிறிதுதூரம் சென்றதும் ஓவியா திரும்பவும் பார்வதியிடம் வந்து, "அம்மா, நீங்க எங்க ஸ்கூல் பக்கத்துல கடை வைக்கிறதுக்கு எங்களால முடிஞ்ச உதவியைச் செய்யறோம்... கவலைப்படாதீங்க" என்றாள். ஓவியாவின் கைகளைப் பிடித்துக்கொண்ட பார்வதியின் கண்களிலிருந்து கண்ணீர் கொட்டியது.

"அவனைப் பாத்தியா?" என்று கேட்டாள் பிரின்ஸி.

"யாரை?" என்றாள் பவித்ரா.

"அதான் விகேஷ் தம்பி, காமேஷ்" என்று பிரின்ஸி சொன்னது எல்லோருக்குமே ஆச்சர்யம்தான். பார்வதி வீட்டிலிருந்து மணியின் பச்சை நிற நாக்கின் மூன்றாம் பகுதியை எடுத்து, அதைப் பள்ளியில் உள்ள மேஜிக் பாக்ஸில் வைத்துவிட்டு வீட்டுக்குச் சென்றுகொண்டிருந்தனர். இங்கு எப்போது காமேஷ் வந்தான் என்று யாருக்கும் புரியவில்லை. எல்லோரும் குழப்பமாய் பிரின்ஸியைப் பார்த்தார்கள்.

"நாம பார்வதி அம்மா வீட்டுக்குப் போனோம் இல்லையா... அப்போ, நாம பேசிட்டு இருந்ததை முருகன் கோயிலிலிருந்து காமேஷ் பார்த்தான். அப்பறம் நம்ம பின்னாடியே கொஞ்ச தூரம் வந்தான். பிறகு எங்கயே ஓடிட்டான்" என்றாள் பிரின்ஸி.

"பவி, இது நல்ல சான்ஸ்! அவனை உங்க வீட்டுக்குக் கூப்பிட்டு எங்களை ஏண்டா ஃபாலோ பண்ணினன்னு மிரட்டு... அதுக்குள்ள நான் அவன் கண்களைப் பார்த்து நாலாவது பகுதி எங்கேயிருக்குன்னு கண்டுபிடிச்சிடுறேன்" என்றாள் ஓவியா.

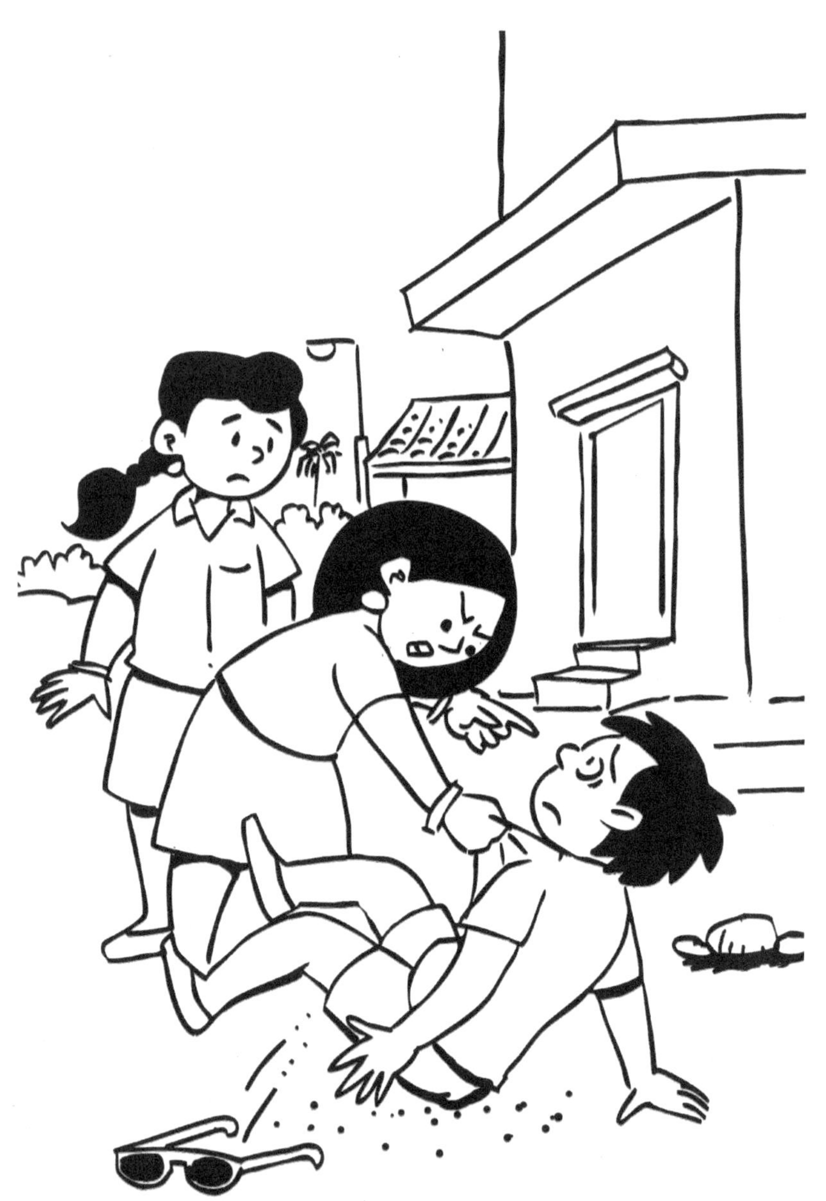

அவளும் சம்மதிக்க, மற்றவர்களை வீட்டுக்குப் போகச் சொல்லிவிட்டு பவித்ரா வீட்டுக்குச் சென்றார்கள் ஓவியாவும் பவித்ராவும். "அங்கே எப்படி காமேஷ் வந்தான்?" என்ற கேள்வி மட்டும் ஓவியாவுக்கு மனதிற்குள் வந்தது. சரி என்னவாக இருந்தாலும் பார்த்துக்கொள்ளலாம் என்று அவளே சமாதானம் சொல்லிக்கொண்டு நடந்தாள்.

என்ன ஆச்சர்யம்... பவித்ரா வீட்டின் வாசலில் உட்கார்ந்திருந்தான் காமேஷ். இவர்களைப் பார்த்ததும், பையில் இருந்த கறுப்புக் கண்ணாடியை எடுத்து போட்டுக்கொண்டான். பவித்ரா, வேகமாகப் போய், காமேஷின் சட்டையைப் பிடித்து இழுத்தாள். அவன் கீழே விழுந்துவிட்டான். கண்ணாடி ஒருபக்கம் விழுந்தது. நல்லவேளை அது உடையவில்லை.

"ஏன் என்ன அடிக்கிற... நானே உங்க மேல சேர்ந்துக்கலாமான்னு கேட்க நினைச்சேன்" என்று காமேஷ் சொன்னதும், ஓவியாவுக்கு இன்னும் ஆச்சர்யமாகிவிட்டது.

"எப்பவுமே நீங்க எல்லாம் சேர்ந்து விளையாடுறீங்க, ஊர் சுத்தறீங்க... ஜாலியா இருக்கீங்க. என்னையும் சேர்த்துக்கிறீங்களா?" என்று கேட்டான் காமேஷ்.

"ஓ! சேர்த்துக்கலாமே... ஆனா, நான் ஒண்ணு சொல்வேன். அதை கண் இமைகளைச் சிமிட்டாம சொல்லணும். அப்படி சொல்லிட்டா எங்க மேல நீயும் வந்துடலாம்" என்றாள் ஓவியா.

"என்ன சொல்லணும்?"

"சடுகுடு பாண்டி, கட கடவென ஓடி, பட படவென வெடிக்கும் பட்டாசை, குடு குடுவென வாங்கி தட தட என ஓடி வந்தான். தீபாவளிக்கு சட சடவென்று வெடித்தான்... இதுதான் சொல்லணும்."

காமேஷ் அதைச் சொல்லிக்கொண்டிருக்கும்போது, ஓவியா அவன் கண்களின் வழியே கனவுக்குள் நுழைந்தாள். அதில் என்ன இருந்தது என்றால்...

'நம்ம ஊரு வயல் ஐயனார் கோயிலில் ஐந்நூறு பேரு வருவாங்க. அதுல முக்கியமானவங்க 12 பேரு. அவங்க பேர்களிலிருந்து ஒவ்வொரு எழுத்தைச் சேர்த்தால் ஒரு

வாக்கியம் வரும். அதைக் கண்டுபிடிச்சா, பச்சை நாக்கின் நாலாவது பகுதி கிடைக்க உதவும்.'

காமேஷ் நான்கு, ஐந்து முறை சொல்லியும் கண்களின் இமைகளைச் சிமிட்டிவிட்டான். "பரவாயில்ல காமேஷ்... பிராக்டீஸ் பண்ணிட்டு வந்து சொல்லு" என்று அவனை அனுப்பி வைத்தாள் ஓவியா.

"ஓவியா, நாம நினைச்சதை விட ஈஸியா வேலை முடிஞ்சிடுச்சு இல்லையா?" என்றாள் பவித்ரா.

"இல்லடி, இனிமேதான் சிக்கலே! நம்ம ஊர் வயல் ஐயனாரு கோயிலுக்கு நாலஞ்சி பேர் வந்தாலே அதிசயம்தான்... ஆனா, இந்தக் குறிப்புல ஐந்நூறு பேரு வருவாங்கன்னு இருக்கு. அந்தக் கோயிலுக்குத் திருவிழாகூட கிடையாதே?" என்று கவலையோடு சொன்னாள் ஓவியா.

பவித்ராவுக்கும் ஓவியா சொல்வது உண்மைதான் என்று புரிந்தது. அந்தக் கோயில் ஊரிலிருந்து வயல் தொடங்கும் இடத்தில் இருக்கிறது. ஊருக்குள் இருக்கும் பெருமாள் கோயிலுக்குத்தான் திருவிழா கொண்டாடுவார்கள். எல்லோரும் வருவார்கள். இந்தக் கோயிலுக்கு ஐந்நூறு பேர் கூடுவது எல்லாம் இதுவரை நடந்ததே இல்லை.

"சரி பவி, நான் வீட்டுக்குப் போறேன்" என்று சொல்லிவிட்டு நடந்தாள் ஓவியா. அப்போது கல்லூரியில் படிக்கும் பூங்கொடி அக்கா, கையில் நிறைய கறுப்பு நிறக் கொடிகளை எடுத்து வந்துகொண்டிருந்தார். ஒவ்வொரு வீட்டுக்கும் ஒரு கொடியைக் கொடுத்துவிட்டுச் சென்றார்.

எதற்காக இந்த அக்கா, கறுப்புக் கொடியைக் கொடுக்கிறார் என்று யோசித்துக்கொண்டே வந்தபோது, ஓவியாவின் வீட்டுக்கூரையில் ஒரு கறுப்புக் கொடி பறந்தது.

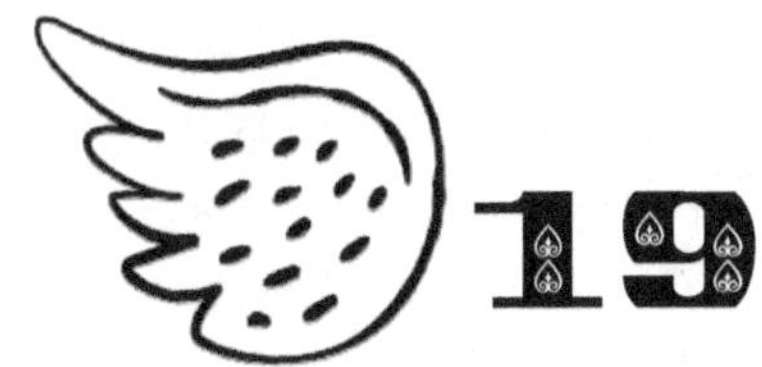

அடுத்த நாள் திங்கள் கிழமை. பள்ளிக்கூடம் தொடங்க ஒரு மணிநேரத்துக்கு முன்பே, ஓவியா டீம் பள்ளியின் கலையரங்கத்தில் கூடிவிட்டது. எல்லோருக்கும் முன் தாத்தா வந்துவிட்டார். எல்லோரிடமும், நேற்று நடந்ததை விரிவாகச் சொன்னாள் பவித்ரா. 'இதுவரை கிடைத்த குறிப்புகளைத் தேடி நாம் செல்ல முடிந்தது. ஆனால், இந்தக் குறிப்பின்படி வயல் ஐயனார் கோயிலில் ஐந்நூறு பேர் கூடினால்தானே நமக்கு, மணியின் நான்காவது பகுதி கிடைக்கும். ஒருவேளை ஆண்டு விழா முடிவதற்கு முன், ஐந்நூறு பேர் கூடாவிட்டால் என்ன செய்வது?' எனப் பல கேள்விகளோடு குழம்பினார்கள்.

"ஓவியா, வரும் வெள்ளிக்கிழமை ஆண்டு விழா... அதற்குள் நான்காவது பகுதியைக் கண்டுபிடித்துவிட முடியுமா?" என்று சந்தேகத்துடன் கேட்டான் சாதிக். அதற்கு என்ன பதில் சொல்வது என்று ஓவியாவுக்கும் தெரியவில்லை. அவள் ஏதும் சொல்லாமல் யோசித்துக்கொண்டிருந்தாள். காலையில் அவள் வீட்டுக்கு வந்த பூங்கொடி அக்கா, "எண்ணெய் எடுக்குற கம்பெனியில புதுசா ஆய்வு செய்றாங்களாம். அப்படி ஆய்வு நடத்தி நிறைய குழாய்களை நம்ம ஊர்ல புதைச்சா, குடிக்க தண்ணியும் கெடைக்காது; விவசாயம் செய்ய நிலமும் கெடைக்காது. நாம

போராடிதான் ஆகணும்" என்று அம்மாவிடம் சொல்லிக்கொண்டிருந்தார். அம்மாவும் தலையாட்டிக் கேட்டுக்கொண்டிருந்தார்.

"என்ன யோசிக்கிற ஓவியா?" என்று கேட்டாள் பிரின்ஸி. "ஒண்ணுமில்ல பிரின்ஸி... இன்னும் மூணு நாள்தான் இருக்கு. அதுக்குள்ள நாலாவது பகுதி கிடைக்குமான்னு தெரியலையே!" என்ற ஓவியா சிறிதுநேரம் கழித்து, "கிடைச்சிரும்னு நம்பிக்கை இருக்கு... பார்ப்போம்" என்று சொல்லிவிட்டு பையை எடுத்துக்கொண்டு வகுப்பை நோக்கி நடந்தாள். மற்றவர்களும் அவளைப் பின்தொடர்ந்தார்கள்.

அன்று மாலை ஓவியா டீம் ஆண்டு விழாவில் நடிப்பதற்கான பயிற்சியில் ஈடுபட்டனர். ஓவியாவும் தாத்தாவும் என்ன செய்யலாம் என்று தனியாக உட்கார்ந்து யோசித்துக்கொண்டிருந்தனர். அப்போது தாத்தாவின் மொபைலுக்கு ஓர் அழைப்பு வந்தது. எடுத்துப் பேசிய தாத்தாவின் முகம் கவலையோடு மாறியது. 'சரி... சரி... நான் உடனே வாரேன்' என்றபடி இணைப்பைத் துண்டித்தார்.

"என்னாச்சு தாத்தா?" என்றாள் ஓவியா.

"என்னோட தோஸ்து பேராசிரியர் ரங்கராஜன் நம்ம ஊருக்கு வந்துட்டு இருக்காராம். என்னை விட, ஏழெட்டு வயசு கம்மிதான் அவருக்கு. ஆனா அறிவு ரொம்ப அதிகம். எந்த ஊருல சுற்றுச்சூழல் பிரச்னை வந்தாலும் முதல் ஆளா வந்துடுவார். எண்ணெய் எடுக்கிற கம்பெனியால பிரச்னையாயிருக்குல. அதான் நம்ம ஊருக்கு வந்துட்டு இருக்கார். ஏற்கெனவே ரெண்டு முறை வந்து பேசிட்டுப் போனாரு. நான் போய் அவரைப் பார்க்கப் போறேன்... நீங்க ப்ராக்டிஸை முடிச்சிட்டு சீக்கிரம் வீட்டுக்குப் போங்க" என்று சொன்ன தாத்தாவிடம்,

"நானும் உங்க கூட வரட்டுமா தாத்தா?" என்று கேட்டாள் ஓவியா. ஒருநிமிடம் யோசித்துவிட்டு, "சரி, வா" என்றார்.

நண்பர்களிடம் சொல்லிவிட்டு, தாத்தாவின் சைக்கிளில் இருவரும் புறப்பட்டனர். தாத்தா, செல்லும் வழியில் பேராசிரியரைப் பற்றி சொல்லிக்கொண்டே வந்தார். பள்ளியில் பாடம் நடத்தினால் ஆசிரியராம், கல்லூரியில் பாடம் நடத்தினால் பேராசிரியராம். இந்தப் பேராசிரியர் நிறைய புத்தகங்கள் எழுதியிருக்கிறாராம்.

நூற்றுக்கணக்கான கூட்டங்களில் பேசியிருக்காராம். நெல் வயல்ல எண்ணெய் எடுக்கிற திட்டத்தை எதிர்த்துப் போராடிட்டு இருக்கிறாராம். அதுக்காகப் பல தடவை ஜெயிலுக்குக்கூட போயிருக்கிறாராம். ஆனால், எதுக்கும் அவர் பயப்பட மாட்டாராம். விவசாய மண்ணைக் காப்பாற்ற போராடித்தான் ஆகணும் என்று சொல்லிட்டே இருப்பாராம். பூங்கொடி

அக்காகூட, பேராசிரியர் பேசியதைக் கேட்டுத்தான் இந்தப் பிரச்னையைப் பற்றி தெளிவாகப் புரிஞ்சிகிட்டதாம். இவை எல்லாமே ஓவியாவுக்குப் புதியதாக இருந்தன.

தாத்தாவின் வீட்டுக்குச் சென்றபோது, வீட்டுத் திண்ணையில் ஏற்கெனவே இருவர் உட்கார்ந்திருந்தனர். தாத்தாவைப் பார்த்து எழுந்துகொண்டே, "சார் வந்துட்டு இருக்கேன்னு போன் பண்ணினார்" என்றனர். 'சரி சரி' என்று தாத்தா தலையாட்டிக்கொண்டே, வீட்டுக்கதவைத் திறந்து, சொம்பில் தண்ணீர் எடுத்துவந்து அவர்களிடம் கொடுத்தார். சிறிதுநேரத்தில் பேராசிரியர் ரங்கராஜன் பைக்கில் வந்தார். வெள்ளைச் சட்டை, காபி கலரில் பேண்ட், மூக்குக் கண்ணாடி அணிந்திருந்தார். எல்லோரும் அவரோடு கைகுலுக்கினர். ஓவியாவும் கைகுலுக்கிவிட்டு, திண்ணையின் ஓர் ஓரத்தில் உட்கார்ந்துகொண்டு, என்ன பேசுகின்றனர் என்று வேடிக்கை பார்த்தாள். அவர்கள் பேசிக்கொண்டதில், பல விஷயங்கள் ஓவியாவுக்குப் புரியவில்லை. அரைமணி நேரம் கழித்து, பேராசிரியர் புறப்பட்டார். பைக்கில் உட்கார்ந்தபடி அவர் சொன்னது ஓவியாவின் மனதில் ஆழமாகப் பதிந்துவிட்டது.

"எவ்வளவு கஷ்டம் வந்தாலும், அடிபட்டாலும் உதைபட்டாலும் நம்ம ஊரு மண்ணைக் காப்பாத்தணும். அந்த உறுதியோட இருங்க."

"ஓவியா, நேரமாயிடுச்சு... நீ வீட்டுக்குப் போ" என்றார் தாத்தா. ஓவியாவும் சரி என்று வீட்டை நோக்கி நடந்தாள். ஊரில் எல்லோரும் பரபரப்பாக இருந்தார்கள். நாலைந்து பேராய்க் கூடி நின்று பேசிக்கொண்டிருந்தார்கள். பூங்கொடி அக்கா, கையில் நோட்டீஸ்களை எடுத்துக்கொண்டு, அவசரம் அவசரமாகச் சென்றுகொண்டிருந்தார்.

"ஃப்பா... ஃப்பா ஃப்ப்ப்பா..." என்ற சத்தம் கேட்டு, திரும்பிப் பார்த்தாள் ஓவியா. போலீஸ் ஜீப் ஒன்று வந்துகொண்டிருந்தது. ஓவியா, சாலையை விட்டு இறங்கி, ஓரமாய் நின்றுகொண்டாள். ஜீப் வேகமாக அவளைக் கடந்துசென்றது. ஜீப்பின் பின் பக்க சீட்டுகளில் இரண்டு போலீஸ்காரர்கள் கையில் பெரிய லத்தியை* வைத்துக்கொண்டு உட்கார்ந்திருந்தனர்.

---

* லத்தி : நீளமான கம்பு

செவ்வாய்க் கிழமை. வழக்கம்போல பள்ளி தொடங்குவதற்கு முன்பே ஓவியா டீம் கலையரங்கத்தில் கூடியது. தாத்தா மட்டும் வரவில்லை. நேற்று தாத்தா வீட்டில் நடந்ததை எல்லோரிடமும் சொல்லிக்கொண்டிருந்தாள் ஓவியா.

"எண்ணெய் எடுக்குற கம்பெனியில் புது குழாய்களை நம்ம ஊர்ல பதிக்கப் போறாங்களாம். அதுக்கு புதுசா ஏதோ பேர் சொன்னார் பேராசிரியர். இதைத் தடுத்து நிறுத்த, நாளைக்கு சாலை மறியல் பண்ணப்போறாங்களாம். அதுக்கு ஊர்ல இருக்கிற எல்லாரையும் வர வைக்கணும்ன்னு பேசினாங்க" என்றாள் ஓவியா.

"சாலை மறியல்னா என்னா?" என்றான் சாதிக்.

"எனக்குத் தெரியும் நான் சொல்றேன்" என்ற முகிலன், "ரோட்ல எந்த வாகனமும் போகாம தடுப்பதுதான் சாலை மறியல்" என்றான்.

"எதுக்காக அப்படி செய்யணும்?" என்றாள் பிரின்ஸி.

"புது திட்டம் எங்களுக்குப் பிடிக்கலன்னு எல்லோருக்கும் சொல்றதுக்காக..." என்று சொல்லிக்கொண்டே வந்தார் தாத்தா.

"தாத்தா, ஏன் லேட்டு, எங்கே போனீங்க?" என்றாள் ஓவியா.

"நாம இதுவரை ஸ்கூல் பெல்லின் பச்சை நாக்கின் மூணு பகுதிகளைக் கண்டுபிடிச்சிட்டோம் இல்லையா! அதெல்லாம் பத்திரமா இருக்கான்னு பார்த்துட்டு வந்தேன்" என்றார் தாத்தா.

"ஓவியா, ஊர் பிரச்னையை விடு. நாம எப்படி நாலாவது பகுதியைக் கண்டுபிடிக்கிறது? அதுக்கு ஒரு ஐடியா சொல்லு..." என்றான் சாதிக். ஓவியாவுக்கும் இதுவரை எந்த ஐடியாவும் வரவில்லை. ஆனால், நேற்று தாத்தா வீட்டில் நடந்தது எல்லாம் பார்க்கும்போது நிச்சயம் நான்காவது பகுதியைக் கண்டுபிடிக்க குறிப்பு கிடைத்துவிடும் என்ற நம்பிக்கை அதிகரித்துவிட்டது.

அன்று, மாலை பள்ளி முடிந்து வீட்டுக்குப் புறப்பட்டது ஓவியா டீம். ஊருக்குள் போலீஸ் ஜீப் நிறைய வந்துபோய்க்கொண்டிருந்தன. பூங்கொடி அக்கா, செல்போனில் பேசிக்கொண்டே வந்தார். அவரைப் பின்தொடர்ந்து சென்றாள் ஓவியா. பூங்கொடி போன் பேசி முடித்ததும், அவளோடு சேர்ந்து நடந்தாள் ஓவியா.

"என்னாச்சி அக்கா... ஏன் இத்தனை ஜீப் வந்துருக்கு?" என்றாள் ஓவியா.

"நாளைக்கு சாலை மறியல் பண்றோம்னு போலீஸ்க்கு தெரிஞ்சிடுச்சு... அதனால இன்னிக்கே வந்து எச்சரிக்கிறாங்க. ஆண்களை எல்லாம் முன் எச்சரிக்கையா கைது செய்யறாங்க" என்றாள் பூங்கொடி. அவர் சொல்லி முடிப்பதற்குள், ஐம்பதுக்கும் மேற்பட்ட பெண்கள் குழுவாக எதிரே வந்தார்கள். அவர்களோடு பூங்கொடியும் சேர்ந்துகொண்டாள். ஓவியாவுக்கு என்ன செய்வதென்று தெரியவில்லை. சிறிதுநேரம் யோசித்துவிட்டு, அந்தக் குழுவின் பின்னால் சென்றாள். ஒவ்வொரு தெருவிலிருந்தும் பெண்கள், ஆண்கள் எனக் கூட்டம் சேர்ந்துகொண்டே இருந்தது.

ஊர் கடைத்தெருவில் பேராசிரியர் ரங்கராஜன் இருபது பேரோடு நின்றுகொண்டிருந்தார். அவரிடம் சென்ற இந்தக் குழுவில் இன்னும் அதிகமான பேர் சேர, எல்லோரும் வயல் ஐயனார் கோயிலை நோக்கி நடந்தார்கள். ஓவியாவுக்கு நடப்பதை நம்பவே முடியயவில்லை. சுமார் 300 பேருக்கும் அதிகமானவர்கள் இப்போது வயல் ஐயனார் கோயிலில்

இருந்தார்கள். இன்னும் பலர் வந்துகொண்டிருந்தனர். ஒரு மணி நேரத்தில், கோயிலைச் சுற்றிக்கூட நிற்க இடம் இல்லாமல் நிறைந்துவிட்டனர். பவித்ரா, முகிலன், சாதிக், பிரின்ஸியும் வந்துவிட்டனர்.

"ஓவியா, ஐந்நூறு பேருக்கும் மேல இருப்பாங்க இல்லையா" என்று கேட்டான் சாதிக். 'இருக்கும்' என்பதுபோல தலையாட்டினாள் ஓவியா.

இரண்டு பேர், டிக்கடை பெஞ்சைத் தூக்கி வந்தார்கள். அதன்மேல் ஏறி நின்று பேராசிரியர் ரங்கராஜன் பேசினார். கைகளை உயர்த்தி, ஆவேசமாகப் பேசினார். கூட்டத்தில் இருப்பவர்கள் அவரின் பேச்சை உன்னிப்பாகக் கேட்டனர். அவர் பேச்சைக் கேட்டு சிலருக்குக் கோபம் வந்தது. சிலரின் முகத்தில் புதிய விஷயங்களைத் தெரிந்துகொண்ட வியப்பு தெரிந்தது. பொன்னம்மா பாட்டி, ரொம்ப வயதானவர். 'தொப்' என்று தரையில் விழுந்து, மண்ணை எடுத்து, கையில் வைத்துக்கொண்டு, "யெய்ப்பா, அய்யனாரே..." என்று கண்களை மூடிக்கொண்டார். அவர் கண்களிலிருந்து கண்ணீர் வந்துகொண்டே இருந்தது. ஒரு கால் இல்லாத, சுப்பைய்யா தாத்தா, நிற்க முடியாமல் குதிரை மேடையில் உட்கார்ந்துகொண்டார்.

பேராசிரியர் அருகில் தாத்தா நின்றுகொண்டிருந்தார். சிறிதுநேரத்தில் போலீஸ் வந்துவிட்டது. பேராசிரியரை உடனே, ஊரை விட்டு வெளியே போகச் சொன்னது போலீஸ். அவர் மறுத்துவிட்டால் அவரையும் சேர்த்து 12 பேரைக் கைது செய்தது. அதில் பெண்கள் உண்டு. மற்றவர்களைக் கலைந்துசெல்லச் சொன்னது போலீஸ். 'செல்ல முடியாது' என்று உறுதியாக இருந்தனர்.

ஓவியா, பையிலிருந்து நோட்டை எடுத்து, கைது செய்யப்பட்டவர்களின் பெயர்களை, தாத்தாவிடம் கேட்டு எழுதிக்கொண்டாள்.

1. மயிலம்மா

2. ஆனந்தி

3. ரங்கராஜன்

4. கௌதம்

5. லட்சுமி

6. நந்தினி

7. நூர்ஜஹான்

8. முத்து

9. தனசேகர்

10. அகில்

11. கிருஷ்ணன்

12. சுந்தர்

இரவாகிவிட்டது. எல்லோரும் ஐயனார் கோயிலில் உட்கார்ந்துவிட்டனர். யார் யாரோ வந்து பேச்சு வார்த்தை நடத்தினர். யாரும் வீட்டுக்குச் செல்லவில்லை. பிறகு, பெரிய வேன் ஒன்று வந்து நின்றது. அதில், பூங்கொடி அக்கா உட்பட ஐம்பதுக்கும் மேற்பட்டோரை அடித்து இழுத்துச் சென்று ஏற்றினார்கள். பூங்கொடி அக்காவின் அம்மாவுக்கு முழங்கால் வலி உண்டு. அதனால், போலீஸ் வேனில் ஏற முடியவில்லை. உடனே அங்கிருந்த போலீஸ்காரர்கள் அவரைத் தூக்கி, வேனில் ஏற்றினர். எங்கே அழைத்துச் செல்கிறார்கள் என்றுகூட யாரிடமும் சொல்லவில்லை. எல்லோரையும் வீட்டுக்குச் செல்லுமாறு பேராசிரியர் சொன்னதாக, முருகன் வந்து சொன்னார். பேராசிரியரிடம் படித்தவர் முருகன் என்பதால், அவர் சொன்னதை நம்பி எல்லோரும் அவரவர் வீட்டுக்குச் சென்றனர். ஓவியாவுக்கு இங்கு நடப்பது எல்லாம் கனவில் நடப்பதுபோல இருந்தது.

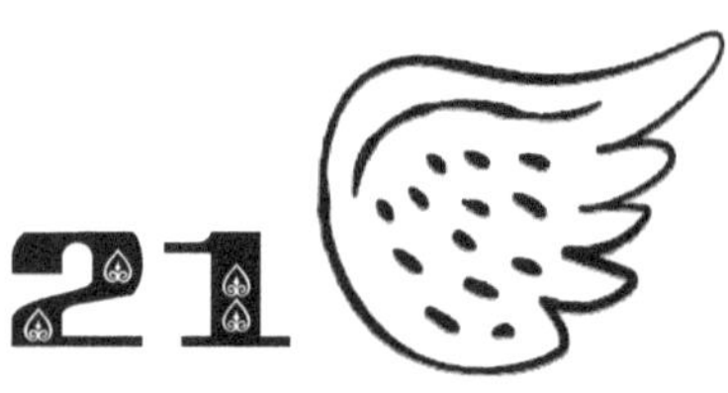

புதன் கிழமை. பள்ளிக்கூடக் கலையரங்கத்தில் ஓவியா டீம் கூடியது. தாத்தாவின் முகம் சோர்ந்திருந்தது. 'முதலில் கைது செய்த 12 பேரை, போலீஸ் இன்னமும் விடவில்லையாம். பூங்கொடி அக்காவோடு அழைத்துச் சென்றவர்களை, ஊரிலிருந்து இருபது கிலோமீட்டர் தூரத்தில் இருக்கும் கல்யாண மண்டபத்தில் வைத்திருந்தார்களாம், பன்னிரண்டு மணிக்கு வீட்டுக்குப் போகச் சொன்னார்கள். இரவு உணவுகூட யாருக்கும் தர வில்லையாம்...' தாத்தா கவலையோடு சொன்னார். எல்லோரும் சிறிதுநேரம் எதுவும் பேசவில்லை.

"இப்போ எப்படி நாலாவது க்ளூவைக் கண்டுபிடிக்கிறது?" என்றாள் பவித்ரா. ஓவியா, தான் நோட்டில் எழுதி வைத்திருந்த 12 பேரின் பெயர்களைக் காட்டினாள்.

1. மயிலம்மா

2. ஆனந்தி

3. ரங்கராஜன்

4. கௌதம்

5. லட்சுமி

6. நந்தினி

7. நூர்ஜஹான்

8. முத்து

9. தனசேகர்

10. அகில்

11. கிருஷ்ணன்

12. சுந்தர்

ஒவ்வொரு பெயரிலிருந்து ஒர் எழுத்தை எடுக்க வேண்டும். அதிலிருந்து ஒரு வாக்கியம் கிடைக்கும். எல்லாப் பெயர்களின் முதல் எழுத்துகளை மட்டும் சேர்த்து எழுதினான் சாதிக்.

மஆரகௌளலநநூமுதஅகிசு

சரியான வாக்கியம் கிடைக்கவில்லை என்பதால், இரண்டாம் எழுத்துகளை மட்டும் எழுதினான் சாதிக்.

- யிஆங்தட்ந்ர்த்னகிருட - ம்ஹூம்... அப்பவும் கிடைக்கவில்லை. எல்லோரும் விதவிதமாகச் சேர்த்து எழுதிப்பார்ப்போம் என்று முடிவெடுத்தனர். அரைமணிநேரமாகியும் கண்டுபிடிக்க முடியவில்லை.

ஓவியா அப்போதுதான் ஒன்றைக் கண்டுபிடித்தாள், பெயர்களை இதே வரிசையில் ஏன் எழுத வேண்டும், மாற்றி மாற்றி எழுதிப் பார்க்கலாமே என்று முடிவெடுத்தாள். அதன்படி, இருபதுக்கும் அதிகமான முறை எழுதிப் பார்த்தாள்.

- ஆலமர நூனிகிசு முதல் - என்று வந்தது. இதை இன்னும் கொஞ்சம் மாற்றினாள்.

- ஆலமரம் முதல்கிசு நூனி -

"இதைத் தவிர வேறெதுவும் வரமாட்டேங்குது தாத்தா" என்றாள் ஓவியா. எல்லோரும் ஓவியா எழுதியிருப்பதைப் பார்த்தார்கள்.

ஆலமரம் முதல்கிசு நூனி

ஆ - ஆனந்தி

ல - லட்சுமி

ம - மயிலம்மா

ர - ரங்கராஜன்

ம் - கௌதம்

மு - முத்து

த - தனசேகர்

ல் - அகில்

கி - கிருஷ்ணன்

சு - சுந்தர்

நூ - நூர்ஜஹான்

னி - நந்தினி

"கிட்டத்தட்ட கண்டுபிடிச்சிட்ட ஓவியா... ஆனா, இதில் ஏதோ தவறு இருக்குது" என்று யோசித்துவிட்டு, "நூனி' என்பதை 'நுனி'ன்னு வெச்சுப்போம்... அப்படின்னா... 'ஆலமரம் முதல்கிசு நுனி'ன்னு வருது இல்லையா?' என்றார்.

"தாத்தா எனக்கு ஒரு ஐடியா... சுந்தர் மாமா, எங்க வீட்டுப் பக்கத்துலதான் இருக்கார். அவரை எல்லாரும் 'தவளை... தவளை'ன்னுதான் கூப்பிடுவாங்க. அதனால, அவர் பேரிலிருந்து 'ளை' எடுத்துக்கிட்டா, 'ஆலமரம் முதல்கிளை நுனி'ன்னு வந்துடும் இல்ல?' என்று கேட்டான் முகிலன்.

"ஹேய்ய்ய்... சூப்பர்டா... இப்போ கரெக்டா வந்துடுச்சுன்னு நினைக்கிறேன்" என்றாள் ஓவியா.

'ஆலமரம் முதல்கிளை நூனி' சத்தமாகச் சொன்னாள் ஓவியா.

"நூனி'ன்னு இருக்கே ஓவியா?" என்று வழக்கம்போல சாதிக் சந்தேகத்தை எழுப்பினான்.

"இதை விட வேறு வாக்கியம் வர மாட்டேங்குதே... அதனால 'நூ'வை 'நு'ன்னு வெச்சுக்குவோம்" என்றாள் ஓவியா.

எல்லோரும் வகுப்புக்குச் சென்றனர். தாத்தா, பிரேயர் பெல் அடித்தார். வகுப்பு தொடங்கியதுமே நல்ல மழை பெய்ய ஆரம்பித்துவிட்டது. விடவே இல்லை. தலைமை ஆசிரியர் மற்ற ஆசிரியர்களோடு பேசி, மதியம் பள்ளிக்கு லீவ் விட்டுவிடலாம் என்று முடிவெடுத்தார். இந்த விஷயம் மாணவர்களுக்குத் தெரிந்ததும், சந்தோஷச் சத்தம் பள்ளிக்கூடத்தில் நிறைந்தது.

22 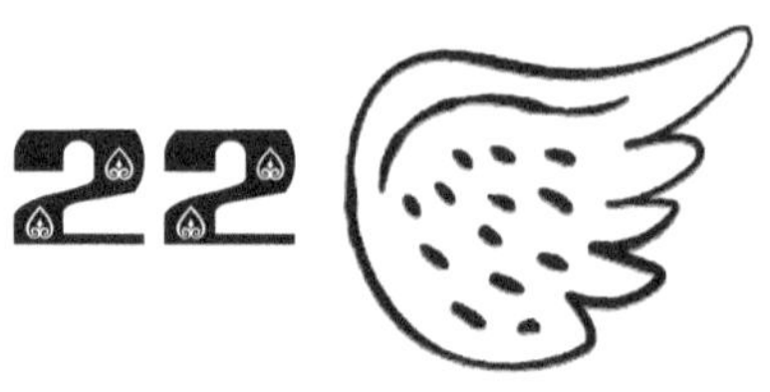

பள்ளிக்கு லீவ் விட்டதும், மழை நின்றுவிட்டது. பள்ளி முடிந்ததும், ஓவியா டிம் கோயில் அருகே இருக்கும் ஆலமரத்திற்கு வந்தது.

"ஓவியா, எல்லா க்ளுவையும் நீயே கண்டுபிடிக்கிற... இந்தத் தடவை நான் ட்ரை பண்றேன். எனக்குத்தான் நல்லா மரம் ஏறத் தெரியுமே..." என்றான் முகிலன். 'சரி' என்று ஓவியாவும் தலையாட்ட, முகிலன் சரசரவென்று மரத்தில் ஏறி, முதல்கிளை நுனிக்குச் சென்றுவிட்டான். ஆனால், அங்கே மணியின் பச்சை நாக்கின் நான்காம் பகுதி இல்லை. அந்தக் கிளை முழுக்கத் தேடிவிட்டான். எதுவும் இல்லை. சோகத்துடன் கீழே இறங்கிவந்தான்.

"ஒருவேளை நாம கண்டுபிடிச்சது தப்பான வாக்கியமோ?" என்று சந்தேகமாய்க் கேட்டான் சாதிக்.

"நான் ஒருமுறை தேடிட்டு வாரேன்" என்று ஒற்றைச் சிறகு ஓவியாவாக மாறினாள் ஓவியா. பறந்துசென்று, ஆலமரத்தின் முதல்கிளையின் நுனி அருகே சென்றாள். முகிலன் சொன்னதுபோல பச்சை நாக்கின் நான்காம் பகுதி எதுவும் இல்லை. ஆனால், கிளையின் நுனியில் கறுப்பு நிறத்தில் ஏதோ இருந்தது. அதன் அருகே சென்றாள். புறாவின் இறகு ஒன்று, அம்புக்குறிபோல இருந்தது. அது

கோயிலைக் காட்டியது. ஓவியா அங்கிருந்து பறந்துசென்று கோயிலின் மேல் அமர்ந்தாள். இவ்வளவு பெரிய இடத்தில் எப்படிக் கண்டுபிடிப்பது என்று நினைத்தாள்.

நம்பிக்கையை விட்டுவிடாமல், கோயிலின் கோபுரம், விமானம் என்று எல்லா இடங்களிலும் தேடினாள் ஓவியா. அதற்குள், அவள் நண்பர்கள் கோயிலுக்கு வந்துவிட்டார்கள். கீழே இறங்கி, அவர்களிடம் விஷயத்தைச் சொன்னாள்.

"ஓவியா, புறா இறகு இருந்துச்சுன்னுதானே சொன்னே... கோயில்ல உள்ள புறா மாடத்துல பார்க்கலாமே..." என்றாள் பிரின்ஸி. அதுவும் சரியான ஐடியா என்று ஓவியாவுக்குத் தோன்றியது. உடனே பறந்து, புறா மாடத்திடம் சென்றாள். அங்கே நூற்றுக்கும் அதிகமான சின்னச் சின்ன அறைகள் இருந்தன. அவற்றில்தான் புறாக்கள் வசித்தன. இவற்றில் எப்படிக் கண்டுபிடிப்பது என்று சோர்ந்தாள். ஆனாலும் ஒவ்வோர் அறையின் வாசலிலும் பறந்து பார்த்தாள். பத்து அறைகள் பார்த்திருப்பாள். அடுத்த அறைக்குச் செல்லும்போது அதன் வாசலில் ஆலமர இலை இருந்தது.

ஒருவேளை இதுவாக இருக்குமோ என்று நினைத்தாள். வாசலில் இல்லை. மிகச் சின்ன அறை என்பதால், உள்ளே போனால்தான் பச்சை நாக்கின் நான்காம் பகுதி இருக்கிறதா இல்லையா என்று பார்க்க முடியும். உடனே, தன் இடது கையிலிருந்து மோதிரத்தைக் கழற்றி, வலதுகை மோதிர விரலில் மாட்டினாள். ஓவியாவின் உருவம் மறைந்தது. திடீரென்று உருவம் மறைந்ததால், கீழே நின்ற நண்பர்களும் அதிர்ச்சி அடைந்தார்கள். ஓவியா, அந்தச் சின்ன அறைக்குள் நுழைந்தாள். அவள் நினைத்ததைப் போலவே பச்சை நாக்கின் நான்காம் பகுதி அங்குதான் இருந்தது. அதை எடுத்தவள், மறக்காமல் டூப் பகுதியை அங்கே வைத்தாள்.

அறையை விட்டு வெளியே வந்த ஓவியா, மீண்டும் மோதிரத்தை இடதுகை மோதிர விரலுக்கு மாற்ற உருவம் வந்துவிட்டது. அப்போதுதான் ஓவியாவின் நண்பர்களும் நிம்மதியானார்கள். ஓவியா கீழே இறங்கி வந்து, நண்பர்களிடம் பச்சை நாக்கின் நான்காம் பகுதியைக் கொடுத்தாள்.

"ஹோய்ய்ய்ய்ய்... நாலு பகுதியும் கிடைச்சிடுச்சு..." என்று சத்தமாகச் சொன்னாள் பவித்ரா. அப்புறம் என்ன... சந்தோஷமாய் ஒரு டான்ஸ் ஆடினார்கள். தாத்தாவும்தான்.

ஒற்றைச் சிறகு ஓவியா டீம் பள்ளிக்கு வந்தது. கதிரேசன் தாத்தாவின் மேஜிக் பெட்டியிலிருந்து பச்சை நாக்கின் மற்ற மூன்று பாகங்களையும் எடுத்து, இப்போது கிடைத்த பாகத்தையும் இணைத்தார்கள். அதைக் கலையரங்கத்திற்குக் கொண்டு வந்தார்கள். மணியில் இருந்த வழக்கமான நாக்கை எடுத்துவிட்டு, பச்சை நாக்கை மாட்டினார்கள்.

ஓவியா, ஒற்றைச் சிறகு ஓவியாவாக மாறினாள். பச்சை நாக்கை இழுத்து அடிக்க, ஒலி வந்து, வாசனையும் வெளிச்சமும் வந்ததும் எல்லோரின் முகத்திலும் சந்தோஷம் வந்தது. மஞ்சள் வெளிச்சம் நந்தியாவட்டை மரங்களுக்குச் சென்றது. ஓவியா அதோடு பறந்துசென்றாள். வெளிச்சம் மரத்தின் மேல் நின்றதும், பூக்கள் பூத்தன. சிறிதுநேரத்தில் பூக்கள் உதிர்ந்தன. பூக்களைப் பறவை வடிவத்தில் அடுக்கினாள் ஓவியா. அவை பறவையாய் மாறி, வானத்தில் பறந்தது. அது பத்து பறவைகளை அழைத்து வந்தது.

"ஹோய்ய்ய்ய்ய்ய்..." என முதலில் சத்தம் போட்டது கதிரேசன் தாத்தா. அதைப் பார்த்ததும் எல்லோரும் சிரித்துக்கொண்டே சத்தம் போட்டனர். பறவைகள் தோட்டத்தை நோக்கிப் பறந்தன.

"தாத்தா, நாளைக்கு ஹெச்.எம் சாரிடம் இதைச் செய்துகாட்டி, ஆண்டு விழாவுக்கு வரும் கலெக்டர் முன்னாடி ஏராளமான பறவைகளை வரவழைக்க பெர்மிஷன் கேட்போம்" என்றாள் ஓவியா.

"ஹெச்.எம் சார் பெர்மிஷன் தருவாரான்னு சந்தேகமா இருக்கு ஓவியா" என்று தாத்தா சொன்னதும், எல்லோரும் அதிர்ச்சியானார்கள். இவ்வளவு கஷ்டப்பட்டு, பச்சை நாக்கின் நான்கு பாகங்களையும் கண்டுபிடித்தும் மேஜிக் செய்ய அனுமதி கிடைக்காது என்றால் என்ன செய்வது என்ற கவலை எல்லோருக்கும் வந்துவிட்டது.

"எனக்கு நம்பிக்கை இருக்கு தாத்தா... கேட்டுப்பார்ப்போம்" என்றாள் ஓவியா. எல்லோரும் மகிழ்ச்சியோடு வீட்டுக்குச் சென்றனர்.

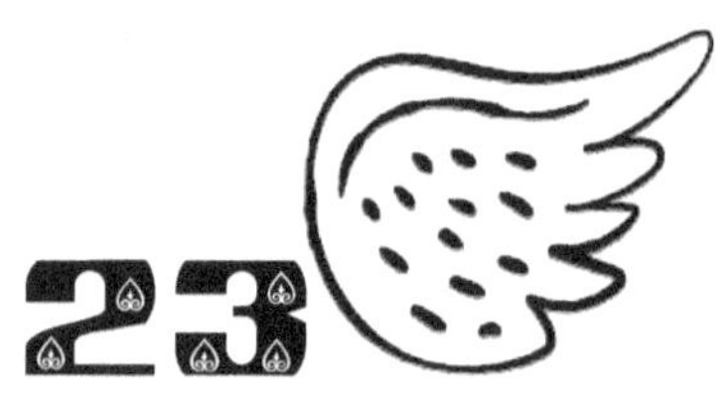

23

"நீங்க சொல்றதை நான் நம்ப மாட்டேன்" என்று முடிவாகச் சொன்னார் தலைமை ஆசிரியர்.

வியாழன் காலை. தலைமை ஆசிரியர் அறையில் ஓவியா, பவித்ரா, பிரின்ஸி, முகிலன், சாதிக் ஆகியோர் நின்றனர். ஓவியா எல்லாவற்றையும் தலைமை ஆசிரியரிடம் விளக்கிச் சொன்னதைக் கேட்டதும்தான் அவர், தான் நம்ப மாட்டேன் என்று சொன்னார்.

"நம்ம ஸ்கூல் பெல்லை அடிச்சா, வாசனை வருமாம், பூ பூக்குமாம், அது பறவையா மாறுமாம், அந்தப் பறவை பத்து பறவைகளைக் கூட்டிட்டு வருமாம். என்னைப் பார்த்தால் முட்டாள் மாதிரி இருக்கா..." என்று கோபத்துடன் சத்தம் போட்டார் தலைமை ஆசிரியர்.

என்ன செய்வது என்று தெரியாமல் ஓவியா மிழ விழித்துக்கொண்டிருந்தது. முகிலனுக்கு அழுகையே வந்துவிட்டது. பவித்ராவும் பிரின்ஸியும் ஒருவரை ஒருவர் பார்த்துக்கொண்டனர்.

"ஒரு நிமிஷம் சார்" என்று சொல்லிவிட்டு சாதிக் அறையை விட்டு வெளியே சென்றான். சிறிதுநேரம் கழித்து தாத்தாவை அழைத்துவந்தான். தலைமை ஆசிரியர் திட்டுவார் என்பதால் தாத்தா அங்கு வராமல் இருந்தார்.

"சார், தாத்தாவுக்கும் எல்லா விஷயங்களும் தெரியும் சார்...
அவரைக் கேளுங்க" என்றான் சாதிக்.

"இந்தப் பசங்களோடு சேர்ந்து நீங்களும் கெட்டுப்போயிட்டீங்களா
கதிரேசன்?" என்றதும் தாத்தா ஏதோ சொல்ல வந்தார். அவரைப்
பார்த்து, 'உஷ்ஷ்ஷ்' என்று தலைமை ஆசிரியர் சொன்னதும்
அமைதியாகி விட்டார்.

ஓவியாவுக்கு அப்போதுதான் அந்த யோசனை வந்தது. தன்
பையிலிருந்து சிறகை எடுத்து ஒட்டிக்கொண்டாள். இலை
மோதிரம், இலை மாலை, மந்திரக்கோல், மகாராணி கிரீடம்,
செருப்பு ஆகியவற்றை அணிந்துகொண்டாள். சிறகை மெல்ல
வருட வருட, அது அசைந்து பறக்க ஆரம்பித்தாள். அதைப்
பார்த்த தலைமை ஆசிரியருக்கு ஆச்சர்யத்தில் மயக்கமே
வந்துவிடும் போலிருந்தது. நாற்காலியில் உட்கார்ந்துகொண்டு,
ஒற்றைச் சிறகு ஓவியா பறப்பதை வியந்து பார்த்தார்.

தலைமை ஆசிரியரிடம் பெர்மிஷன் வாங்கிவிட வேண்டும்
என்ற ஆவலில் வேகமாகப் பறந்த ஒற்றைச் சிறகு ஓவியா
வேகமாகச் சுற்றிக்கொண்டிருந்த மின் விசிறியில் இடதுகால்
பட்டு கீழே விழுந்தாள். எல்லோரும் பயத்தில் கத்திக்கொண்டு
ஓவியாவைத் தூக்கினார்கள். காலில் ரத்தம் வழிந்துகொண்டிருந்தது.

சாதிக் ஓடிச்சென்று முதலுதவிப் பெட்டியை எடுத்துவந்தான்.
தாத்தா, ஓவியாவுக்கு முதல் உதவிகளைச் செய்து ரத்தம்
வராமல் இருக்க, கட்டுப்போட்டார்.

"ஒரு பொண்ணு பறப்பதை இன்னமும் நம்ப முடியல...
எனக்காக நீங்க எதுவும் செய்துகாட்ட வேணாம். நாளைக்கு
கலெக்டர் வரும்போது நேரடியாக உங்க மேஜிக்கை செய்ங்க"
என்றார் தலைமை ஆசிரியர்.

அந்த நேரத்தில் கால் வலியை மறந்துவிட்டு, மகிழ்ச்சியோடு
சிரித்தாள் ஓவியா. அவளின் சிரிப்பு எல்லோருக்கும்
தொற்றிக்கொண்டது.

24

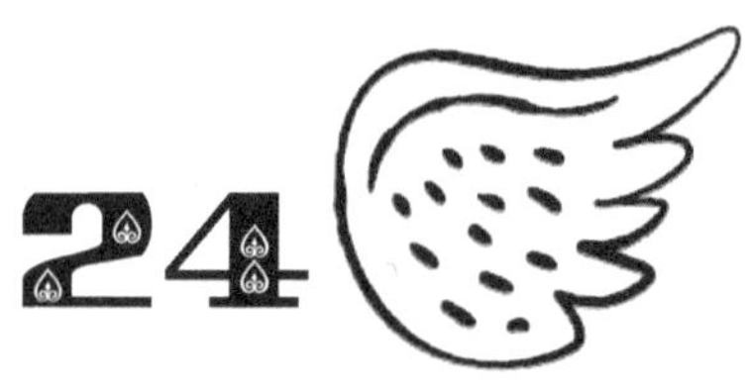

வெள்ளிக்கிழமை. ஆண்டுவிழா தினம்.

காலையிலிருந்தே பள்ளி பரபரப்பாக இருந்தது. எல்லா ஏற்பாடுகளும் முடிந்துவிட்டன. மாவட்ட கலெக்டர் வந்துவிட்டால், நிகழ்ச்சி ஆரம்பித்துவிடலாம். ஆனால், இன்னும் அவர் வரவில்லை. முதலில் தனியார் பள்ளிக்குச் சென்றுவிட்டுதான் இந்தப் பள்ளிக்கு வருவார் என்று சொன்னார் தாத்தா.

அப்போது திடீரென்று விகேஷ் பள்ளிக்குள் வந்தான். ஓவியா டீம் அவனையே பார்த்துக்கொண்டிருந்தது. அவனும் நேராக இவர்களிடம்தான் வந்தான்.

"நான் ஒளிச்சு வெச்சதைக் கண்டுபிடிச்சிட்டீங்க போலிருக்கே! ஆனா, உங்களால ஒரு பறவையைத்தான் வரவழைக்க முடியும். அந்தப் பச்சை நாக்குல நரம்பு ஒண்ணு இருக்கு. அதை மாட்டினாதான் நிறைய பறவைகளை வரவழைக்க முடியும். அது எங்கிட்டதான் இருக்கு" என்று சொல்லிவிட்டுச் சிரித்தான் விகேஷ்.

ஓவியாவின் ஆசையே நிறைய பறவைகளை வரவழைத்து பறவைகள் சரணாலயம் போல பள்ளியை மாற்ற வேண்டும் என்பதுதான். விகேஷ் கடைசி நேரத்தில் இப்படிச் செய்துவிட்டானே என்று யோசித்துக்கொண்டே, அவன் கண்களின் வழியே

எங்கே அந்த நரம்பை வைத்திருக்கிறான் என்று பார்த்தாள் ஓவியா.

"ஓவியா, என் கண்ணைப் பார்த்தே கனவுக்குள்ள போயிடுவேன்னு தெரியும். அதனால்தான் தனியார் பள்ளிக்கு கலெக்டர் வந்தப்ப அவரிடமே அந்த நரம்பை மறைத்துவெச்சுட்டேன். முடிஞ்சா கண்டுபிடிச்சுக்கோ" என்று சொல்லிவிட்டு பள்ளியை விட்டு ஓடிவிட்டான் விகேஷ்.

இவ்வளவு கஷ்டப்பட்டது எல்லாமே வீணாகப் போய்விடுமோ என்று சோர்ந்து ஓவியா உட்காரவும், மாவட்ட கலெக்டர் பள்ளிக்குள் நுழையவும் சரியாக இருந்தது.

ஆண்டு விழா நிகழ்ச்சிகள் நடந்துகொண்டிருந்தன. மேடையில் அமர்ந்திருந்த கலெக்டரிடம் ஓவியா செய்யவிருக்கும் மேஜிக் பற்றி தலைமை ஆசிரியர் சொன்னார். அதைக் கேட்டதும் ஆச்சர்யப்பட்டார் கலெக்டர்.

'அடுத்தது ஓவியா டீமின் மேஜிக்' என்று அறிவித்தார்கள்.

ஒற்றைச் சிறகு ஓவியா, கொடிமரத்திலிருந்து பறந்துசென்று, கலெக்டர் முன் இறங்கினாள். அவர் கண்களைக்கூட சிமிட்டாமல் ஓவியாவையே பார்த்துக்கொண்டிருந்தார். அதுதான் நேரம் என்று அவரின் கண்களின் வழியே, விகேஷ் ஒளித்துவைத்திருக்கும் நரம்பைத் தேடினாள்.

கலெக்டர் சட்டைப் பையில் வைத்திருக்கும் பேனாவின் மூடியில் அந்த நரம்பைச் சுற்றியிருந்தான் விகேஷ்.

"சார், நான் பறக்கும்போது உங்கள் பொருள் ஏதேனும் ஒன்றை எடுத்துச் செல்லலாமா?" என்றாள் ஒற்றைச் சிறகு ஓவியா.

"தாராளமாக" என்றார் கலெக்டர். "அப்படியென்றால், உங்கள் பேனாவைக் கொடுங்க சார்" என்றாள் ஓவியா.

அவரும் சட்டைப் பையிலிருந்த பேனாவை எடுத்துத் தந்தார். ஓவியா கூட்டத்தினர் முன் பறந்து காட்டிக்கொண்டே, பேனா மூடியிலிருந்த நரம்பைப் பிரித்து, பச்சை நாக்கின் மேல் ஒட்டிவிட்டாள்.

ஓவியா டீம் பள்ளியின் மணியின் கீழே நிற்க, ஒற்றைச் சிறகு ஓவியா பறந்துகொண்டே பச்சை நாக்கினைக் கொண்டு மணி அடித்தாள். உடனே, வாசனையும் மஞ்சள் வெளிச்சமும் வர கூட்டமே அதிசயமாகப் பார்த்தது. மஞ்சள் வெளிச்சம் கூட்டத்தினைக் கடந்து, நந்தியா வட்டை மரங்களின் மேல் நிற்க, ஏழு மரங்களும் பூக்கத் தொடங்கின. சிறிது நேரத்தில் ஏழு மரங்களின் கீழே பூக்கள் உதிர்ந்தன. ஓவியா அவற்றைப் பறவை வடிவத்தில் அடுக்கினாள். அவை பறவையாக மாறி வானத்தில் பறந்தன.

அங்கு, ஓவியா டீமைத் தவிர மற்றவர்கள் எல்லோரும் கனவில் இருப்பதைப் போல உணர்ந்தார்கள்.

சென்ற பறவைகள் அனைத்தும் வந்துவிட்டன. ஏழு பறவைகள் எழுபத்து ஏழு பறவைகளாகப் பறந்துவந்து பள்ளியின் தோட்டத்தில் அமர்ந்தன. ஒற்றைச் சிறகு ஓவியா பறந்துசென்று கலெக்டர் அருகில் இறங்கினாள். அவரின் பேனாவைத் திரும்பத் தந்தாள்.

"ஒரு நிமிஷம் பேசலாமா சார்?" என்று கேட்டாள் ஒற்றைச் சிறகு ஓவியா. கலெக்டரும் தலைமை ஆசிரியரும் பேசு என்பதாகத் தலையாட்டினார்கள்.

ஓவியா, மைக் முன் வந்துநின்றாள். எல்லோரையும் ஒருமுறை நன்கு பார்த்துவிட்டு பேசத் தொடங்கினாள்.

"இந்த மேஜிக்கின் பச்சை நாக்கை ஒளிச்சு வெச்ச விகேஷுக்கு ரொம்ப தேங்க்ஸ். அதையெல்லாம் தேடிப்போகும்போது சில விஷயங்கள் எங்களுக்குத் தெரிஞ்சுது. நம்ம ஊர்ல மண் புழு வாழ முடியாத அளவுக்கு மண் கெட்டுப்போச்சு. நல்ல தண்ணி குடிக்க கிடைக்கல. அதைச் சரிசெய்யறதுதான் எங்களோட அடுத்த பயணம்" என்றாள் தெளிவாக.

ஓவியா டீம் பெருமையாக மேடையில் நிற்க, விகேஷ் டீம் உள்பட எல்லோரும் எழுந்துநின்று கைதட்டினர்.

- ஒற்றைச் சிறகு ஓவியாவின் பயணம் தொடரும்...

நானும் பறந்தேன்...

நண்பர்களே...

இந்த பிரபஞ்சத்தில் பூமி தனித்துவமான உயிரிகளைக்கொண்ட கோளாக விளங்குவதற்கும், பூமியில் மனித இனம் தனித்துவமாகப் பரிணாமம் கண்டதற்கும் மொழியே முதன்மைக் காரணம். மொழி அப்படித் தனிச்சிறப்புகொண்ட ஒன்றாக இருப்பதன் காரணம் என்ன? மொழி, மனிதச் சமூகத்தின் கடந்தகால நினைவுகளையும் எதிர்காலக் கனவுகளையும் தன்னுள் கொண்டவை; நிகழ்கால உணர்ச்சிகளை ஆள்பவை. அஃறிணைகள், ஒரு குறிப்பிட்ட எண்ணிக்கைக்கு மேல் சச்சரவின்றி ஒன்றுகூடிச் செயலாற்ற இயலாதவை. ஆனால், கோடிக்கணக்கான மனிதர்கள் ஒரிடத்தில், ஒருஉணர்வில் அமைதியாகத் திரளவும் செயல்படவும் முடியும். இது இப்படிச் சாத்தியமானது? சாத்தியமாகிறது? மொழி... மொழிக்குள் உருவாக்கப்பட்ட புனைவுகளே அதன் முக்கியக் காரணம். அப்படியான புனைவுகளின் வழியாகத்தான் கடவுள், சாத்தான், பேய், பூதம், சொர்க்கம், நரகம், தேவர்கள், தேவதைகள் எல்லாம் தோன்றினார்கள். மொழியில் சாத்தியமான இந்தக் கதையம்சம்தான் மனிதர்களை ஆச்சர்யப்படுத்தியது ஆற்றுப்படுத்தியது ஒன்றுதிரட்டியது ஓடச்செய்தது. சமூகம் கோடிக்கணக்கான சமூகங்களாகப் பிரிந்திருந்தாலும், ஒரு கதையால் மனிதர்களை ஒன்றிணைக்க முடியும்; உணர்ச்சியூட்ட முடியும்.

மொழியின் முதன்மையான, தொன்மையான, வசீகரமான உடல் என்பது கதைதான். கதையின் வானத்தில்தான் வடை திருடிய காகம், நீதி பற்றிய ஒரு பாடலை பாடித் திரிகிறது காலம்காலமாய். நண்பர்களே... கனவுகளை மொழிப்படுத்தும் சாகசம்தான், கதை!

இயல்பிலேயே படைப்பூக்கம் கொண்டவர்கள் சிறார்கள். அவர்களிடம் கனவுகளுக்கும் கற்பனைக்கும் கதைகளுக்கும் பஞ்சமிருப்பதில்லை. சிறார்களுக்கு கதை எழுதுவது என்பது, கொல்லர் தெருவுக்கே சென்று ஊசி விற்பதைப் போன்றது. அப்படியான சவால் மிக்க பணியை தமிழில் மிகச் சிலரே செய்துகொண்டிருக்கிறார்கள். அவர்களுள் ஒருவர் விஷ்ணுபுரம் சரவணன். இது அவரின் இரண்டாம் சிறார் நாவல்.

'ஒற்றைச் சிறகு ஓவியா' என்ற தலைப்பை வைத்து, இது இப்படியாக இருக்கும் என்று ஒரு கதையை யூகித்தேன் ஆனால், இல்லை! பின், முதல் பத்துப் பக்கங்களை வாசித்ததும் இப்படியாக இருக்குமோ என்று இன்னொரு கதையை யூகித்தேன். அதுவும் இல்லை! ஒவ்வொரு பத்துப் பக்கத்துக்குமாக புதிய புதிய திசையில் கதை விரியத் தொடங்கியது. ஓவியா சூடிக்கொண்டது போக மீதமிருந்த அந்த ஒற்றைச் சிறகை அணிந்துகொன்டு கதைக்குள் நானும் பறக்கத் தொடங்கிவிட்டேன்.

அரசுப் பள்ளியில், ஏழாம் வகுப்பு 'ஆ' பிரிவில் படிக்கும் ஐந்து மாணவர்கள். ஆண்டு விழா கலை நிகழ்ச்சியில் கலந்துகொள்ள ஒத்திகைப் பார்க்கும் சமயம், திடீரென்று சில அற்புதங்கள் நடக்கின்றன. அந்த அற்புதத்தையே விழாவில் கலைநிகழ்ச்சியாக நடத்தலாம் என முடிசெய்கிறார்கள் நண்பர்கள். இவர்களின் அற்புதம் நிகழ்வதற்கு அவசியாமன பொருள் ஒன்றை திருடி மறைத்து வைக்கிறார்கள் 8-ம் வகுப்பைச் சேர்ந்த மாணவர்கள் சிலர். என்ன அற்புதம்? அது ஏன் நடந்தது? இழந்த 'அற்புதப் பொருளை'த் தேடும் பயணத்தில் அவர்கள் பெற்ற அனுபவமும் செய்தியும் என்ன? இறுதியில் அந்த அற்புதம், கலை நிகழ்ச்சியாக விழாவில் நடத்தப்பட்டதா இல்லையா? என்கிற கேள்வியும் பதிலும்தான் கதைச் சுருக்கம். ஆனாலும், கதை மெல்ல மெல்ல விரிந்து தீவிரம் பெறும் விதம் நுட்பமாகச் சொல்லப்பட்டிருக்கிறது.

கனவுகளுக்குள் சென்று ரகசியங்களைத் தேடுவது, மண்புழு கொண்டு வரைபடம் உருவாவது, ஒலியிலிருந்து வாசனை எழுவது, பூக்களால் வரையும் உருவம் உயிர் பெறுவது என சிறார் உலகில் சரவணன் வண்ணம் தீட்டும்விதம் அலாதியானது. எல்லாக் குழந்தைகளுக்கும் சுதந்திரமும் மகிழ்ச்சியும

பொதுவானது என்ற எண்ணம் கொண்டிருந்தாலும், அரசுப் பள்ளி மாணவியும் வறுமையான வாழ்க்கைச் சூழலும்கொண்ட ஓவியாவின் ஒற்றைச் சிறகுக்கே உயிர் உண்டாகட்டும் என்று தனது மந்திரக்கோலை உயர்த்தும்போது சரவணன் நம் மனதில் பதிகிறார்.

ஒரு ஃபேண்டசி சஸ்பென்ஸ் கதைக்குள், தமிழகத்தின் மிக முக்கியமான ஓர் அரசியல் பிரச்னையை மிக லாகவமாகப் பிண்ணியிருக்கிறார். அதில் தொனிக்கும் கேள்விகளும் அச்சமும் விழிப்புணர்வும் இக்கதையை வாசிக்கும் சிறார்கள் மனதில் மிக ஆழமாக இறங்கும். அதுவே இக்கதை பெறப்போகும் முக்கிய வெற்றி என்பேன். ஏன் நிலத்தில் முன்பைப் போல மண்புழு இல்லை? இப்போது ஏன் நீர் அதன் இயல்பு நிறத்தில் இல்லை? என்ற இரண்டு கேள்விகளை இரண்டு சிறுவர்கள் இந்தச் சமூகத்தை நோக்கிக் கேட்டால் போதுமானது.

இயற்கைதான் மாபெரும் அற்புதம்; மிகப்பெரிய கனவு; ஆகச்சிறந்த மேஜிக். வாழ்வும் அப்படித்தான். குழந்தைகளைக் கனவுகளின் வழியே, கதைகளின் வழியே யதார்த்த உலகத்துக்கு வெளியே அழைத்துச் செல்லாமல், இந்த உலகின் உண்மையை நோக்கி மிக நுட்பமாக அழைத்துச் சென்ற வகையில் சரவணன் பாராட்டுக்குரியவர்.

கதையில் ஒரிடத்தில், இயற்கை சுரண்டப்படுவதற்கு எதிராகப் போராடியதற்காகக் கைதுசெய்யப்பட்ட 12 பேரின் பெயர்களில் அற்புதத்தை அடையும் சாவிகளில் ஒன்றை ஒளித்துவைக்கிறார் சரவணன். இனி, கைதுசெய்யப்பட்டவர்களின் பெயர்களிலெல்லாம் யாரேனும் ஒரு சிறுவனோ சிறுமியோ அற்புதங்களின் சாவியைத் தேடுவார்களல்லவா? அது போதும்!

நிறைய அன்புடன்

வெய்யில்

செ ன்னை.

21.08.2019,